ആശയവിനിമയങ്ങളിലെ
മുള്ളും മലരും

ഒന്നാം പുസ്തകം

വിജയൻ ചെമ്പക

1947 മാർച്ചിൽ ആലപ്പുഴ ജില്ലയിലെ കണ്ടല്ലൂരിൽ സി.എസ്.മാധവന്റെയും കെ.കാർത്ത്യായനിയുടെയും മകനായി ജനനം.

കണ്ടല്ലൂർ വടക്ക് മുകുന്ദ വിലാസം എൽ.പി.സ്കൂൾ, പുതിയവിള യു.പി. സ്കൂൾ, കായംകുളം എസ്.വി.എച്ച്.എസ് എന്നിവിടങ്ങളിൽ പ്രാഥമിക വിദ്യാഭ്യാസം. കായംകുളം മോഹൻസ് ഐ.റ്റി.സി, കളമശ്ശേരി ഗവൺമെന്റ് പോളി ടെക്നിക്, പുന്നപ്ര കാർമൽ പോളിടെക്നിക് എന്നിവിടങ്ങളിൽ സാങ്കേതിക വിദ്യാഭ്യാസം.

ഹൈദരാബാദ് സെൻട്രൽ ട്രെയിനിങ് ഇൻസ്റ്റിറ്റ്യൂട്ട്, കൊൽക്കത്ത അഡ്വാൻസ്ഡ് ട്രെയിനിങ് ഇൻസ്റ്റിറ്റ്യൂട്ട് എന്നിവയിൽ നിന്നും സാങ്കേതിക പരിശീലനം.

സംസ്ഥാന സർക്കാരിന്റെ കീഴിലുള്ള കളമശ്ശേരി, മലമ്പുഴ, ചെങ്ങന്നൂർ, ഏറ്റുമാനൂർ, അരീക്കോട് ഐ.ടി.ഐ.കളിലും കേന്ദ്ര സർക്കാരിന്റെ അധീനതയിലുള്ള ബാംഗ്ലൂർ വനിതാ റീജിയണൽ വോക്കേഷണൽ ട്രെയിനിങ് ഇൻസ്റ്റിറ്റ്യൂട്ടിലും സേവനം അനുഷ്ഠിച്ചു.

താതമാനസം, മിന്നാമിനുങ്ങുകളുടെ നെടുവീർപ്പ് എന്നീ കവിതാസമാഹാരങ്ങൾ (2019) പ്രസിദ്ധീകരിച്ചു.

ഭാര്യ : ശുഭ.

മക്കൾ : നൈക്ക് വിജയ് (ഉണ്ണി)
സുവി വിജയ് (കുട്ടൻ)

മരുമക്കൾ : ശ്രീവിദ്യ എസ്.നായർ
രമ്യാദേവി.

വിലാസം : ചെമ്പക -1,പുതിയവിള പി.ഒ.,
ആലപ്പുഴ ജില്ല, പിൻ 690 531
ഫോൺ- 0479 2430954
7510757022, 9447866823.

malayalam
Asaya Vinimayangalile Mullum Malarum
Part 1

transactional analysis psychology

by : vijayan chembaka

first edition : january 2023

cover design : harikumar elayidathu
page layout : matrix designs, haripad
printing: repro india limited

publishers:

bodhi books
VIII/6, saravana building, pathiyoor
keerikkad p.o.,kayamkulam, alappuzha-690 508
8281602886, 0479-2436571
bodhibooks03@gmail.com

distribution
sanghamithra, 9447304886

ISBN 978-81-959645-5-0
Sl.No.BB-Pragathi/100-1ed/01/2023

ആശയവിനിമയങ്ങളിലെ മുള്ളും മലരും

ഒന്നാം പുസ്തകം

അനുഭവങ്ങളും ധാരണകളും

വിജയൻ ചെമ്പക

ബോധി ബുക്സ്

സമർപ്പണം

പൊള്ളുന്ന ജീവിത യാഥാർത്ഥ്യങ്ങളിലൂടെ
നീങ്ങുമ്പോഴും ആക്ഷോഭ്യരായി മക്കളെ
ചേർത്തുപിടിച്ച് നന്മകൾ മാത്രം ചൊല്ലിത്തന്നു
കടന്നുപോയ അച്ഛനമ്മമാരുടെ ഓർമ്മകൾക്ക്
മുന്നിൽ സ്നേഹാദരവോടെ...

പ്രസാധക കുറിപ്പ്

അനുനിമിഷം വികസിച്ചുകൊണ്ടിരിക്കുന്ന വൈജ്ഞാനിക മേഖലയുടെ നടുവിലാണ് നാം. എന്നാൽ, ഈ വിജ്ഞാന വിസ്ഫോടനങ്ങളിലെ ജ്ഞാനരൂപങ്ങളെ യഥാസമയം മാതൃഭാഷയിൽ പരിചയപ്പെടാൻ പലപ്പോഴും കരുക്കൾ നന്നേ കുറവാണുതാനും. ഭാഷാസാഹിത്യത്തിലെ ഈ പരിമിതിയെ മനസ്സിലാക്കിയാണ് മൂന്നു ഭാഗങ്ങളായുള്ള ഈ പുസ്തകത്തിന്റെ പ്രസാധനം ബോധി ബുക്സ് ഏറ്റെടുത്തത്.

മനഃശാസ്ത്ര വിജ്ഞാനത്തിന്റെ ഏറ്റവും ആധുനിക രൂപമാണ് ട്രാൻസാക്ഷണൽ അനാലിസ്സിസ്. സമൂഹത്തിന്റെ ഏറ്റവും ചെറിയ ഏകകമായ വ്യക്തിയെ കേന്ദ്രീകരിച്ചുള്ള പഠനങ്ങൾക്കാണ് ഇതിൽ പ്രാഥമിക പരിഗണന. സിഗ്മണ്ട് ഫ്രോയിഡിനെത്തുടർന്ന് മനഃശാസ്ത്ര വിജ്ഞാനത്തിന്റെ തുടർച്ചയ്ക്കും വളർച്ചയ്ക്കും ഗണനീയമായ സംഭാവനകൾ നൽകിയ എറിക് ബേണിന്റെ കണ്ടെത്തലുകളാണ് ട്രാൻസാക്ഷണൽ അനാലിസ്സിസ് സൈക്കോളജിയുടെ വൈജ്ഞാനികാടിത്തറ.

ഈ വിജ്ഞാനമേഖലയെക്കുറിച്ചും അതിന്റെ അപരിമേയമായ സാധ്യതകളെക്കുറിച്ചും ആശയവിനിമയത്തിൽ വ്യക്തിയെ എപ്രകാരം പുതുക്കിപ്പണിത് പുതിയ മനുഷ്യനാക്കിത്തീർക്കാമെന്നതിനെക്കുറിച്ചും മനസ്സിലാക്കാൻ ഈ പുസ്തകം വായനക്കാരനെ സഹായിക്കും.

മലയാളഭാഷയ്ക്കും സാഹിത്യത്തിനും മുതൽക്കൂട്ടായ പുസ്തക പരമ്പര അഭിമാനത്തോടെ കൈരളിക്കു സമർപ്പിക്കുന്നു.

ഹരികുമാർ ഇളയിടത്ത്

ആമുഖം

ഒരു പ്രവൃത്തിയോ സംസാരമോ കഴിഞ്ഞതിനുശേഷം അല്പ സമയത്തിനുള്ളിൽ നമ്മൾ ഒരു പുനരാലോചനക്കു ശ്രമിക്കുമ്പോൾ സങ്കടപ്പെടേണ്ടി വരുന്നുവെങ്കിൽ അത് ജീവിതത്തിലെ ഏറ്റവും വേദനാജനകമായ നിമിഷമായിരിക്കും. കുറച്ചുകൂടി സന്തോഷവും സംതൃപ്തിയും നൽകുന്ന ഒരു സംസാരമോ പ്രവൃത്തിയോ ആകാമായിരുന്നു എന്ന് അപ്പോൾ തിരിച്ചറിയുന്നുവെങ്കിൽ, നമ്മൾ കൂടുതൽ ജ്ഞാനിയായി വളർന്നു എന്ന് സ്വയം ബോധ്യപ്പെടുന്ന നിമിഷമാണത്. ബുദ്ധിയ്ക്കപ്പുറം വിവേകത്തെ കൂട്ടുപിടിച്ച് അവനവനെ സ്വയം വിലയിരുത്തുന്നതിനു വായനക്കാരെ പാകപ്പെടുത്തുക എന്ന ലക്ഷ്യമാണ് ഈ രചനയുടെ പിന്നിലുള്ളത്.

'അറിയുന്നവനെന്നുറയുമ്പോൾ നാമറിയുന്നേയില്ലകമേ നമ്മളെ' എന്നതാണ് പലരുടെയും അവസ്ഥ. നാം ആരാണെന്ന് സ്വയം ബോധ്യപ്പെട്ടാൽ മാത്രമേ നമ്മുടെ പോരായ്മകളെ കണ്ടെത്തി പരിഹരിക്കാൻ കഴിയൂ. സ്വയമറിവാണ് ഏറ്റവും വലിയ അറിവ്. അതുനേടിയാൽ മറ്റുള്ളവരോട് എങ്ങനെ ഇടപെടണം എന്നുകൂടി മനസ്സിലാകും. അങ്ങനെ മനസ്സിലാകുമ്പോൾ കുടുംബജീവിതവും വ്യക്തിബന്ധങ്ങളും കൂടുതൽ സന്തോഷകരമാക്കാൻ കഴിയും, പ്രത്യേകിച്ച് ചെറിയകുട്ടികളുടെ അദ്ധ്യാപകർക്കും അച്ഛനമ്മമാരാകാൻ ഒരുങ്ങുന്നവർക്കും. അതിനുള്ള നൂതനവും ലളിതവുമായ മാർഗ്ഗമാണ് Transactional Analysis Psychology.

ആധുനിക മനഃശാസ്ത്രത്തിന്റെ രൂപമായ ട്രാൻസാക്ഷണൽ അനാലിസിസ് സൈക്കോളജിയെ കൂട്ടുപിടിച്ചുകൊണ്ട് ആശയവിനിമയങ്ങളെ വിശകലനം ചെയ്യാനുള്ള ഒരു ശ്രമമാണ് ഈ രചനയിലൂടെ നടത്തുന്നത്. നമ്മുടെ ജീവിതത്തിലെ പല പ്രശ്നങ്ങളുടെയും പ്രധാനകാരണം ആശയവിനിമയങ്ങളിലെ പോരായ്മക

ളാണ്. അവ എന്തുകൊണ്ട് സംഭവിക്കുന്നു എന്നും എങ്ങനെ യെല്ലാം പരിഹരിക്കാമെന്നും പറയുന്ന ഒരു മനഃശാസ്ത്ര വിഭാഗ മാണ് ട്രാൻസാക്ഷണൽ അനാലിസിസ് സൈക്കോളജി (T.A. Psychology)

1960കളിൽ അമേരിക്കയിൽ രൂപംകൊണ്ട ഈ തത്ത്വശാസ്ത്ര ത്തിന്റെ ഉപജ്ഞാതാവ് ഡോ.എറിക് ബേൺ (Dr. Eric Berne) ആണ്. ഇന്ന് ഇന്ത്യയുൾപ്പടെ ഒട്ടുമിക്ക ലോകരാജ്യങ്ങളിലും ഇത് പ്രയോഗത്തിൽ വരുത്തുന്നുണ്ട്. ജീവിതവിജയത്തിനുള്ള മന്ത്രമാണ് റ്റി.എ.സൈക്കോളജിയിലൂടെ ഉരുക്കഴിക്കുന്നത്

മനുഷ്യബന്ധങ്ങൾ മാത്രമല്ല രാജ്യാന്തര ബന്ധങ്ങളെ പോലും ദൃഢമാക്കാനും ശിഥിലമാക്കാനും ആശയവിനിമയങ്ങ ൾക്കു കഴിയും. ശരിയായ ധരിക്കലും ധരിപ്പിക്കലും കൂടിച്ചേരു മ്പോൾമാത്രമാണ് ആശയവിനിമയം ഒരു കലയായി മാറുന്നത്. ഒരാളിന്റെ ജീവിത പരിസരങ്ങളും പാരമ്പര്യവും അയാളുടെ ആശയവിനിമയ രീതികളെ സ്വാധീനിക്കാറുണ്ട്.

പഞ്ചേന്ദ്രിയങ്ങളിലൂടെ എത്തുന്ന അനുഭവങ്ങൾ ഉണ്ടാ ക്കുന്ന വികാരങ്ങളാണ് നമ്മളിൽ ധാരണകളെ രൂപപ്പെടു ത്തുന്നത്. ഈ ധാരണകളുടെ അടിസ്ഥാനത്തിലാണ് തീരുമാന ങ്ങൾ ഉണ്ടാകുന്നത്. നാം പേറിനടക്കുന്ന ധാരണകളിലെ ശരി തെറ്റുകളേപ്പറ്റിയും അതുമൂലമുണ്ടാകുന്ന തീരുമാനങ്ങളും ഭാവങ്ങളും മനുഷ്യബന്ധങ്ങളെ എങ്ങനെയെല്ലാം ബാധിക്കു ന്നതിനേപ്പറ്റിയുമാണ് മൂന്നു ഭാഗങ്ങളുള്ള ഈ പുസ്തകത്തിൽ വിശകലനം ചെയ്യുന്നത്.

ഒരു സ്കൂളിലെ രക്ഷാകർത്താക്കൾക്കു വേണ്ടി തുടർച്ചയായി നടത്തുന്ന ബോധവൽക്കരണ ക്ലാസിലെ പ്രഭാഷണങ്ങളുടെ രൂപത്തിലാണ് ഈ പുസ്തകത്തിലെ വിഷയാവതരണം.

ശരിതെറ്റുകളെ പറ്റിയുള്ള ധാരണ, പഞ്ചേന്ദ്രിയങ്ങളിലൂടെ യുള്ള അനുഭവങ്ങൾ ജനിപ്പിക്കുന്ന വികാരങ്ങളും അതനുസരി ച്ചുണ്ടാകുന്ന തീരുമാനങ്ങളും, മറ്റുള്ളവർക്ക് ചീത്ത അനുഭവ ങ്ങൾ കൊടുത്തിട്ട് സന്തോഷം നേടാൻ ശ്രമിക്കുന്നവരും അതു ണ്ടാക്കുന്ന പൊല്ലാപ്പുകളും, അനുഭവങ്ങൾക്കു വേണ്ടിയുള്ള മനസ്സിന്റെ വിശപ്പ്, ചീത്ത അനുഭവങ്ങളിൽ നിന്നും നല്ല അനു ഭവങ്ങളിലേക്ക് കുടിയേറാനുള്ള മനസ്സിന്റെ തന്ത്രങ്ങൾ, വികല മായ ആശയവിനിമയങ്ങളിലൂടെ ബന്ധങ്ങൾ വഷളാക്കുന്നവർ, സമ്മാനങ്ങളുടെ കൊടുക്കൽവാങ്ങലുകൾ, കുഞ്ഞുങ്ങളിൽ

ഭയം ഉണ്ടാക്കുന്നവർ, കുറ്റം എന്തെന്നറിയാതെ ചീത്ത അനുഭവങ്ങളും ശിക്ഷകളും ഏൽക്കേണ്ടിവരുന്ന കുഞ്ഞുങ്ങൾ, അസ്വസ്ഥമായ കുഞ്ഞുമനസ്സുകളുടെ നൊമ്പരങ്ങൾ എന്നിങ്ങനെയുള്ള വിഷയങ്ങളിലൂടെയാണ് 'ആശയ വിനിമയങ്ങളിലെ മുള്ളും മലരും' എന്ന ഈ പുസ്തകത്തിന്റെ ഒന്നാം ഭാഗമായ 'അനുഭവങ്ങളും ധാരണകളും' കടന്നുപോകുന്നത്.

രണ്ടാം ഭാഗത്തിൽ ഉത്തേജനത്തേയും പ്രതികരണത്തേയും പറ്റി പറയുമ്പോൾ മൂന്നാം ഭാഗത്തിൽ തലയിലെഴുത്തിനേയും വ്യക്തിഭാവങ്ങളേയും പറ്റിയാണ് പറയുന്നത് .

ഈ പുസ്തകത്തിൽ പറയുന്ന ഏറെ കഥകളും സംഭവകഥകളാണ്. വായനകളിലൂടെ മനസ്സിലാക്കിയതും പ്രഭാഷണങ്ങളിലൂടെ കേട്ടറിഞ്ഞതും എന്റേയും എന്റെ അറിവിൽപ്പെട്ടവരുടെയും ജീവിതാനുഭവങ്ങളെ നിരീക്ഷിച്ചു ബോധ്യപ്പെട്ടതുമായ കാര്യങ്ങൾ അനുവാചകർക്ക് പ്രയോജനപ്പെടട്ടെ എന്ന ചിന്തയും ആഗ്രഹവുമാണ് ഇങ്ങനെ ഒരു പുസ്തകം എഴുതാൻ എനിക്കു പ്രേരണയായത്.

ഈ പുസ്തകംആകർഷകമായ രീതിയിൽ പുറത്തിറക്കിയ ബോധി ബുക്സിനോടും അതിന്റെ ഉടമ ശ്രീ. ഹരികുമാർ ഇളയിടത്ത്, പുസ്തകത്തിന്റെ നന്മയ്ക്കുവേണ്ടി സഹകരിച്ച ശ്രീ. കരുവാറ്റ കെ.എം. പങ്കജാക്ഷൻ എന്നിവരോടും എനിയ്ക്കുള്ള സ്നേഹവും കടപ്പാടും രേഖപ്പെടുത്തുന്നു.

വിജയൻ ചെമ്പക

ഉള്ളടക്കം

ശരി തെറ്റുകളെപ്പറ്റിയുള്ള ധാരണ

ക്ലാസ്സുമുറിയിലെ ബ്ലാക്ക്ബോർഡിന്റെ പടിയിൽ ചവിട്ടി മുകളിലേക്കു കയറാൻ ശ്രമിക്കുന്ന വിദ്യാർത്ഥിയെ കണ്ടുകൊണ്ടാണ്, വരാന്തയിലൂടെ പോയിരുന്ന അദ്ധ്യാപകൻ ക്ലാസ്സിലേക്കു കയറിയത്.

അദ്ധ്യാപകനെ കണ്ടതിനാൽ കുട്ടി ശ്രമം ഉപേക്ഷിച്ച് വെളിയിലേക്കോടിയതു പെട്ടെന്നായിരുന്നു. പിന്നാലെ പോയ അദ്ധ്യാപകൻ കാണുന്നത് പുറത്തു രക്ഷാകർതൃയോഗത്തിനെത്തിനിൽക്കുന്നവരിൽ ഒരാളിനോട് കുട്ടി എന്തോ സംസാരിക്കുന്നതാണ്. അയാൾ അവനെ ചേർത്തുപിടിച്ചിട്ടുമുണ്ട്. അദ്ധ്യാപകൻ അടുത്തെത്തിയപ്പോൾ കുട്ടി അയാളോടൊപ്പം കൂടുതൽ ചേർന്നു നിന്നു. അല്പമെന്തോ ആലോചിച്ചശേഷം അദ്ധ്യാപകൻ കൈയിലുണ്ടായിരുന്ന ചൂരലുകൊണ്ടു കുട്ടിക്കു ചെറുതായൊരു കൊട്ടു കൊടുത്തു. 'നിങ്ങളാരാ എന്റെമോനെ തല്ലാൻ?' കുട്ടിയോടൊപ്പമുണ്ടായിരുന്നയാൾ അദ്ധ്യാപകനു നേരേ കയർത്തു. കുട്ടി അയാളുടെ മകനാണെന്ന് അദ്ധ്യാപകൻ അറിയുന്നതപ്പോഴാണ്. അയാളുടെ ഉച്ചത്തിലുള്ള സംസാരം കേട്ടിട്ട് ആളുകൾ ചുറ്റും കൂടി. അന്തരീക്ഷമാകെ ശബ്ദമുഖരിതമായി.

രക്ഷാകർതൃയോഗത്തിനായി നിശ്ചയിച്ചുറപ്പിച്ചിരുന്ന അജണ്ടയെല്ലാം പെട്ടെന്നു മാറ്റി. ബാലപീഡനത്തിനെതിരേയുള്ള പ്രതിഷേധം പുതിയ അജണ്ടയാക്കി, ചർച്ചകൾ കൊഴുത്തു.

'ബ്ലാക്ബോർഡിന്റെ പടിയിൽ ചവിട്ടിക്കയറാൻ ശ്രമിച്ചതല്ലേയുള്ളു, അതൊരു കുസൃതിയായി കണ്ടാൽപോരേ' എന്നൊരാൾ. 'അഭ്യാസം കാണിക്കാൻ ശ്രമിച്ചതു കുസൃതിയാണോ, മറിഞ്ഞു വീണു കൈയ്യോ കാലോ ഒടിഞ്ഞാൽ ഈ രക്ഷാകർത്താവ് അടങ്ങിയിരിക്കുമോ?' എന്നു മറ്റൊരാൾ. എന്നാലും അച്ഛന്റെ

മുന്നിലിട്ടു കുട്ടിയെ തല്ലണ്ടായിരുന്നു എന്നൊരാൾ പറഞ്ഞപ്പോൾ അദ്ധ്യാപകനല്ലയാൾ അഹങ്കാരിയാണെന്നു വേറൊരാൾ.

അകാരണമായി കുട്ടികളെ തല്ലുന്ന അദ്ധ്യാപകനെ മാതൃകാപരമായി ശിക്ഷിക്കണമെന്ന് ഒരുകൂട്ടർ ആവശ്യപ്പെട്ടപ്പോൾ, ഉടൻ സ്ഥലം മാറ്റണമെന്നായി മറ്റൊരു കൂട്ടർ.

അഭിപ്രായങ്ങളുടെ കുത്തൊഴുക്കിൽ യോഗനടപടികൾ എങ്ങുമെങ്ങുമെത്താതെ വന്നപ്പോൾ ഒരു വിഭാഗം രക്ഷാകർത്താക്കൾ യോഗം ബഹിഷ്ക്കരിച്ചു സമരം പ്രഖ്യാപിച്ചു. തുടർന്നു തൊട്ടടുത്ത ദിവസം ഉയർന്ന ഉദ്യോഗസ്ഥന്റെ അദ്ധ്യക്ഷതയിൽ സമരക്കാരെ ചർച്ചക്കു ക്ഷണിക്കുന്നു. ചർച്ചയിൽ പൊന്തിവന്ന അഭിപ്രായങ്ങൾ കണക്കിലെടുത്ത് ആരോപണവിധേയനായ അദ്ധ്യാപകനെ വിശദീകരണത്തിനു ക്ഷണിക്കുന്നു. സ്വയം തെറ്റു സമ്മതിക്കുന്നതുപോലെയായിരുന്നു അദ്ധ്യാപകന്റെ തുടക്കം. ആരെന്തു പ്രവൃത്തി ചെയ്താലും അതിന്റെ ഉത്തരവാദിത്വം അതു ചെയ്തവർക്കായിരിക്കണം. ഞാൻ അടിച്ചതു തെറ്റാണെന്ന് ഇവിടെ വിധിച്ചാൽ അതിന്റെ ഉത്തരവാദിത്വം ഞാനേറ്റെടുക്കും. അതല്ല ശരിയെന്നു കണ്ടെത്തിയാൽ അതിന്റെ ഉത്തരവാദിത്വം എനിക്കു മാത്രമായ് നൽകണം.

ആളുകൾ കാതുകൂർപ്പിച്ചിരിക്കുമ്പോൾ അദ്ധ്യാപകൻ തുടർന്നു. ചെയ്തതു തെറ്റാണെന്നു കുട്ടിക്കു ബോദ്ധ്യമുണ്ട്. അതുകൊണ്ടല്ലേ, ഞാനെന്തെങ്കിലും ചോദിക്കുന്നതിനുമുമ്പുതന്നെ, എന്നെ കണ്ടമാത്രയിൽ കുട്ടി ഇറങ്ങി ഓടിയത്. ഇവിടെ കുട്ടി ബോധപൂർവ്വം തെറ്റു ചെയ്യുകയായിരുന്നു. അദ്ധ്യാപകന്റെ വിശദീകരണം ഇത്രയുമായപ്പോൾ അസഹിഷ്ണുവായ ഒരു രക്ഷാകർത്താവ് ഇടപെട്ടു.

‘ബോധപൂർവ്വമെന്നു നിങ്ങൾ പറയുന്നു, ആരാണു കുട്ടികളിൽ ബോധം ഉണ്ടാക്കുന്നത്, അദ്ധ്യാപകരല്ലേ?’

എന്നെ പറയാനനുവദിക്കണമെന്നു പറഞ്ഞുകൊണ്ട് അദ്ധ്യാപകൻ തുടർന്നു. ഓടിപ്പോയ കുട്ടി എവിടെയാണെത്തിയത്, അച്ഛന്റെ സമീപമല്ലേ? രക്ഷാകർത്താക്കളുടെ സാമീപ്യം കുട്ടികളിൽ സുരക്ഷിതാനുഭവം ഉണ്ടാക്കുമെന്നുള്ള കാര്യം ഞാൻ വിസ്മരിക്കുന്നില്ല. എന്നാൽ ഇവിടെ സംഭവിച്ചതെന്താണ്? തെറ്റു ചെയ്തിട്ടു വന്നാൽ അച്ഛനിൽ നിന്നും സംരക്ഷണം കിട്ടുമെന്നുള്ള ബോധമാണ് കുട്ടിയെ അച്ഛന്റെ സമീപമെത്തിക്കുന്നത്. അനഭില

ഷണീയമായ ഈ ബോധം കുട്ടികളിൽ വളർത്തണമോ എന്നതാണെന്റെ ചോദ്യം. അടി കിട്ടുമെന്നു ഭയന്നിട്ടാണു കുട്ടി ഓടിയതെന്നു ഞാൻ വിശ്വസിക്കുന്നില്ല. കാരണം, ഇന്നലെവരെയും ഒരു കുട്ടിയേയും ഞാൻ തല്ലിയിട്ടില്ല. ഇവിടെയുള്ള എല്ലാ കുട്ടികൾക്കും അദ്ധ്യാപകർക്കും അറിയാവുന്ന കാര്യവുമാണത്.

'പിന്നെന്തിനാണ് നിങ്ങളിപ്പോൾ തല്ലിയത്?' രോഷാകുലനായ ഒരു രക്ഷാകർത്താവ് എഴുന്നേറ്റു ചോദിച്ചു.

'പറയാം, നിങ്ങൾ ചോദിച്ചില്ലായിരുന്നുവെങ്കിലും ഞാനിതു പറയുമായിരുന്നു. തെറ്റു ചെയ്തിട്ടാണു കുട്ടി വന്നതെന്നറിഞ്ഞപ്പോൾ, ചെയ്തതു തെറ്റാണെന്ന് അതിനെ പറഞ്ഞു മനസ്സിലാക്കിക്കുന്നതിനു പകരം, അഭയം കൊടുത്ത അച്ഛൻ പരോക്ഷമായി കുട്ടിയുടെ തെറ്റിനെ പ്രോത്സാഹിപ്പിക്കുകയാണുണ്ടായത്. ഈ മനോഭാവം നല്ലതാണോ?'

അദ്ധ്യാപകൻ ഒന്നു നിറുത്തി ചുറ്റിലും കണ്ണോടിച്ചു.

സദസ്സിൽ കുശുകുശുപ്പുയർന്നു. ഒരിക്കലുമല്ലെന്ന് ആരൊക്കെയോ പിറുപിറുക്കുന്നു.

'ഈ മനോഭാവത്തിന്റെ മേലെയാണ് എന്റെ ചൂരൽ വീണത് കുട്ടിയുടെ ദേഹത്തല്ല'. അദ്ധ്യാപകൻ പറഞ്ഞുനിർത്തുമ്പോൾ സദസ്സിൽ അങ്ങിങ്ങു മർമ്മരങ്ങൾ. അതു പിന്നീട് ശരിയല്ലേ, ശരിയല്ലേയെന്ന ചോദ്യങ്ങളായിട്ട് എങ്ങുമുയർന്നുതുടങ്ങി.

അദ്ധ്യക്ഷന്റെ തീരുമാനത്തിനായി സദസ്സു കാതോർത്തു. മേലിൽ അദ്ധ്യാപകർ കുട്ടികളോടും രക്ഷിതാക്കളോടും കുറേക്കൂടി ജാഗ്രതയോടെ പെരുമാറണമെന്ന് ശാസനയും ഉപദേശവും കലർന്ന ഭാഷയിൽ അറിയിപ്പു നടത്തിക്കൊണ്ട് യോഗം അവസാനിച്ചതായി യോഗാദ്ധ്യക്ഷൻ പ്രഖ്യാപിച്ചപ്പോൾ സമാധാനത്തിന്റെ കൊടി ഉയർത്തിക്കൊണ്ട് രക്ഷാകർത്താക്കൾ പിരിഞ്ഞു.

ഒരു സംശയനിവാരണം

സ്കൂളിൽ നിന്നും വീട്ടിലെത്തി ഊണുകഴിഞ്ഞു വിശ്രമിക്കുമ്പോഴും അയാളുടെ മനസ്സിൽ ഒരു ചിന്ത മൂളിപ്പറക്കുന്നുണ്ടായിരുന്നു. 'അദ്ധ്യാപകൻ അടിച്ചതു തെറ്റല്ലേ, അതെങ്ങനെയാണ് മറ്റുള്ളവർക്ക് ശരിയാണെന്നു തോന്നിയത്' അയാളിലെ സ്നേഹനിധിയായ അച്ഛനെ ഈ ചിന്ത അലട്ടിക്കൊണ്ടിരിക്കുമ്പോഴാണ് ഭാര്യ അടുത്തേക്കു വന്നത്.

'എന്താ ഒരുചിന്ത? സ്കൂളിൽനിന്നു വന്നനേരം മുതൽ ഞാൻ ശ്രദ്ധിക്കുന്നു'. സ്കൂളിൽ ഉണ്ടായ കാര്യങ്ങളെല്ലാം അയാൾ ഭാര്യയുടെ മുന്നിൽ വിളമ്പിയിട്ടു സംശയത്തോടുകൂടി ചോദിച്ചു. 'അല്ലെടോ, അദ്ധ്യാപകൻ അടിച്ചത് തെറ്റാണെന്നു ഞാൻ പറഞ്ഞപ്പോൾ മറ്റു ചിലർക്കെങ്ങിനെയാണത് ശരിയായിത്തീർന്നത്?'

സോഷ്യോളജിയിലും സൈക്കൊളോജിയിലും ബിരുദം നേടിയിട്ടുള്ള ഭാര്യ, എങ്ങനെ എവിടെ തുടങ്ങണമെന്നുള്ള ആലോചനയിലായി. അല്പനേരത്തിനുശേഷം എന്താടോ താനൊന്നും മിണ്ടാത്തതെന്ന ചോദ്യത്തിനുമുന്നിൽ ഭാര്യ ചിന്തവിട്ടുണർന്നു.

'ചേട്ടാ,അതേപ്പറ്റി കുറേയേറെ പറയേണ്ടിവരും. നമ്മൾ ചെയ്യുന്ന ഓരോ പ്രവൃത്തിയുടേയും ലക്ഷ്യം ഒരു മാറ്റം ഉണ്ടാക്കുക എന്നതാണ്. ആ മാറ്റം നമ്മളിലോ മറ്റുള്ളവരിലോ ഏതെങ്കിലും വസ്തുക്കളിലോ ജീവജാലങ്ങളിലോ ആയിരിക്കാം സംഭവിക്കുന്നത്. മാറ്റത്തിന്റെ ഫലം ഗുണമോ ദോഷമോ ആയിത്തീരാം. എന്നാൽ അതൊരിക്കലും പൂർണ്ണമായി ഗുണമോ ദോഷമോ ആകാറില്ല. കാരണം, പ്രപഞ്ചത്തിലുള്ളതെല്ലാം ഗുണദോഷസമ്മിശ്രങ്ങളാണ്, ഏറ്റക്കുറച്ചിലുകൾ ഉണ്ടെന്നുമാത്രം. ഒരു പ്രവൃത്തിയുടെ ഫലം ഗുണദോഷ വിശകലനത്തിനു വിധേയമാക്കുമ്പോൾ ദോഷങ്ങൾ

ഏറ്റവും താഴ്ന്ന നിലയിലും ഗുണങ്ങൾ ഏറ്റവും ഉയർന്ന നിലയിലും ആണെന്നൊരു തോന്നൽ നമ്മളിലുണ്ടാക്കിയാൽ, അതിനിടയാക്കിയ പ്രവൃത്തി ശരിയാണെന്നുപറയാം. മറിച്ച്, ഗുണങ്ങൾ ഏറ്റവും കുറവും ദോഷങ്ങൾ ഏറ്റവും കൂടുതലുമാണെന്നുള്ള തോന്നലാണുണ്ടാക്കുന്നതെങ്കിൽ, ആ പ്രവൃത്തിയെ തെറ്റെന്നും പറയാൻ കഴിയും'. അപ്പോഴേക്കും ഭർത്താവിടപെട്ടു.

'തോന്നലെന്നൊക്കെ പറയുന്നത് എല്ലാവർക്കും ഒന്നുപോലെയല്ലേ ഉണ്ടാകേണ്ടത്?'

അതിനുത്തരം പറയണമെങ്കിൽ, നമ്മളിൽ എങ്ങനെയാണ് തോന്നൽ അഥവാ ധാരണകൾ രൂപപ്പെടുന്നതെന്നുകൂടി അറിയണം.

കണ്ടും കേട്ടും തൊട്ടും മണത്തും രുചിച്ചും നേടുന്ന അനുഭവങ്ങളിലൂടെയും ചെറുപ്പകാലം മുതൽ ആർജ്ജിക്കുന്ന അറിവുകളിലൂടെയും ജീവിച്ചുവരുന്ന സാംസ്കാരിക പരിസരത്തിന്റെ സ്വാധീനത്തിലൂടെയും പാരമ്പര്യമായി പകർന്നു കിട്ടിയ മൂല്യബോധത്തിലൂടെയും രൂപപ്പെട്ടുവരുന്ന ഒരു ധാരണയിലൂടെയാണ് പ്രവർത്തനഫലങ്ങളെ ഇഴപിരിക്കാനും അവയിലെ ശരിതെറ്റുകളുടെ ഏറ്റക്കുറച്ചിലുകൾ മനസ്സിലാക്കി വിലയിരുത്താനുമുള്ള കഴിവ് ഒരാളിലുണ്ടാകുന്നത്. തോന്നൽ അഥവാ ധാരണയെന്ന ഈ കഴിവ് എല്ലാവരിലും ഒന്നുപോലെ ആയിരിക്കണമെന്നില്ല. അതുതന്നെയാണ് ഒരാൾക്കു തെറ്റെന്നു തോന്നുന്ന പ്രവൃത്തി മറ്റു ചിലർക്കു ശരിയെന്നു തോന്നാനുള്ള കാരണവും'. അല്പമൊന്നു നിർത്തിയിട്ട് അവർ ഭർത്താവിന്റെ മുഖത്തേയ്ക്കു നോക്കി. അവിടെ ഏതോ ഒരു ചിന്ത മിന്നിമറയുന്നതു കണ്ടുകൊണ്ടാണ് അവർ വീണ്ടും പറഞ്ഞുതുടങ്ങിത്.

'കുട്ടിയെ അടിച്ച പ്രവൃത്തിയിൽ പ്രത്യക്ഷത്തിൽ കാണുന്ന തെറ്റ്, കുട്ടിയെ വേദനിപ്പിച്ചു എന്നതാണ്. ഈ തെറ്റുമൂലം കുട്ടിക്കുണ്ടായ വേദന താൽക്കാലികം മാത്രമാണ്. കുട്ടികളുടെ തെറ്റുകൾ അവർക്കു ബോദ്ധ്യപ്പെട്ടു സ്വയം തിരുത്താനും അവരിൽ അച്ചടക്കമുണ്ടാക്കാനും നല്ല ശീലങ്ങൾ വളർത്താനും വേണ്ടിയുള്ളതാണ് യഥാസമയം നൽകുന്ന മാതൃകാപരമായ ചെറുശിക്ഷകൾ. അതുവഴി സമൂഹത്തിലെ ഉത്തമപൗരന്മാരാകാനുള്ള അവസരമാണ് കുട്ടികൾക്കു ലഭിക്കുന്നത്. ആയതിനാൽ കുട്ടിക്ക് ലഭിച്ച അടി ഒരു ദീർഘകാല നേട്ടമാണ്. ഹ്രസ്വകാല വേദനയും ദീർഘ

കാല നേട്ടമായ ഉത്തമ പൗരനെന്ന ഖ്യാതിയും 'അടി' എന്ന പ്രവൃത്തിയുടെ രണ്ടു ഫലങ്ങളാണ്. അവയെ തുലനംചെയ്ത് കൂടുതൽ ശരി കണ്ടെത്തുന്നതിൽ വന്ന ധാരണാവ്യത്യാസങ്ങൾ മൂലമാണ് ചേട്ടൻ തെറ്റെന്നു ധരിച്ച പ്രവൃത്തിയെ മറ്റുചിലർ ശരി യെന്നു പറയാൻ കാരണം'.

എല്ലാം കേട്ടിരുന്ന അയാൾ ഒരു ദീർഘനിശ്വാസത്തിന്റെ അകമ്പടിയോടെ ഒന്നു മൂളിയിട്ട് 'ങാ, അപ്പോഴൊരു കൗൺസലിംഗ് എനിക്ക്' എന്നു പറഞ്ഞുതുടങ്ങിയപ്പോഴേക്കും ചിരിച്ചുകൊണ്ട് ഭാര്യ ഇടപെട്ടു.

'ശരിയാ, അതുവേണ്ടിവരും, എനിക്കിതു തോന്നിത്തുടങ്ങിയിട്ട് നാളുകളേറെയായി'. ഭാര്യയുടെ ചിരിയിൽ അയാളും പങ്കുചേർന്നു.

ഒരു പ്രഭാഷകയുടെ ജനനം

അടുത്ത ദിവസമായപ്പോൾ ഭർത്താവിനൊരു ചിന്ത, ഇത്രയൊക്കെ കാര്യങ്ങൾ അറിയാമെങ്കിൽ, മകന്റെ സ്ക്കൂളിലെ രക്ഷാകർത്താക്കൾക്കുവേണ്ടി ഒരു കൗൺസലിംഗ് എന്തുകൊണ്ടു നടത്തിക്കൂടാ. അയാൾ ഈ ചിന്തയുമായി ഭാര്യയെ സമീപിച്ചു.

'ഏയ്, കൗൺസലിങ്ങൊന്നും എന്നെക്കൊണ്ടാവില്ല'. അതായിരുന്നു അവരുടെ പെട്ടെന്നുള്ള പ്രതികരണം.

'തനിക്ക് അതിനു കഴിയുമെടോ'

'എനിക്കെവിടുന്നാ സമയം, ജോലിക്കു പോകണ്ടേ?'

'അതു പാർട്ട്ടൈമല്ലേ? ആഴ്ചയിൽ മൂന്നുദിവസംമാത്രം പോയാൽ മതിയല്ലോ? പിന്നെയുമുണ്ടല്ലോ സമയം. കുറച്ചു ദിവസത്തേക്കെങ്കിലും ഒന്നു ശ്രമിച്ചുകൂടേ?'

'ചേട്ടാ, വേറെ എവിടെയെങ്കിലും ഒരു പാർട്ടൈംജോലികൂടി കിട്ടിയാലോ?'

അങ്ങനെ കിട്ടുകയാണെങ്കിൽ അപ്പോൾ നമുക്കെന്തെങ്കിലും മാറ്റം വരുത്താമെടോ. താനിപ്പോഴൊരു കാര്യം ചെയ്യൂ, ഞായറാഴ്ച തോറും പറ്റുമോ എന്നുനോക്ക്'.

'ശരി,നോക്കാമെന്നേ ഇപ്പോൾ പറയുന്നുള്ളു, ഉറപ്പുതരുന്നില്ല'.

അന്നുതന്നെ അയാൾ ഭാര്യയുടെ അർദ്ധസമ്മതം സ്കൂൾ പ്രിൻസിപ്പാളിനേയും മാനേജരെയും അറിയിച്ചു. തുടർന്നു പ്രിൻസിപ്പാളുമായി നടന്ന കൂടിക്കാഴ്ചയിലൂടെയാണ് ശോഭ എന്ന ഈ ഭാര്യ ആ സ്കൂളിലെ രക്ഷാകർത്താക്കൾക്കു വേണ്ടി 'ആശയവിനിമയങ്ങളിലെ മുള്ളും മലരും' എന്ന പേരിൽ ക്ലാസ്സുകളെടുക്കാൻ സമ്മതിച്ചത്. ക്ലാസ്സുകൾ പരമ്പരയായി വളരുന്നതിനൊപ്പം ശോഭ രക്ഷാകർത്താക്കളുടെയെല്ലാം മനസ്സിൽ ശോഭച്ചേച്ചിയായും ശോഭ ടീച്ചറായും ശോഭാമാഡമായും മാറി.

ആരുടെ ധാരണയാണു ശരി?

സ്കൂളിലെ സമ്മേളനഹാളിൽ രക്ഷാകർത്താക്കളെത്തിക്കഴിഞ്ഞു. ഏതോ പുതിയ കാര്യങ്ങൾ കേൾക്കാനുള്ള താൽപ്പര്യവുമായി അവർ ആകാംക്ഷയോടെ ഇരിക്കുമ്പോൾ, അതാ പ്രിൻസിപ്പാൾ എത്തുന്നു, തൊട്ടുപിന്നിലായി ശോഭയും.

ഹ്രസ്വമായ വാക്കുകളിലൂടെ പ്രിൻസിപ്പാൾ ശോഭയെ പരിചയപ്പെട്ടുത്തിയിട്ടു പോകുമ്പോൾ, ശോഭ തന്റെ മുന്നിലിരിക്കുന്ന രക്ഷാകർത്താക്കളെ സ്വയം പരിചയപ്പെടുത്തലിനായി ക്ഷണിച്ചു. നാരായണൻ, ഗോപാലൻ, ബാബു, സുരേഷ്, ശശി, സഞ്ജീവ്, പ്രതാപൻ, സുധീരൻ, രമേഷ് അരവിന്ദൻ, സോമവല്ലി, രമണി, രാധമ്മ, കല്യാണി, കമല, സരിത, സുലോചന, സ്വപ്ന, ആശ, ബിന്ദു, പാർവ്വതി, ഇന്ദിര തുടങ്ങി അന്നു ക്ലാസ്സിലുണ്ടായിരുന്ന മുഴുവൻ പേരുടേയും പരിചയപ്പെടുത്തലിനുശേഷം ശോഭ അവരെ സമീപകാലത്തു നടന്ന ഒരു സംഭവകഥയിലേക്കു കൂട്ടിക്കൊണ്ടുപോയി.

ജോലി കഴിഞ്ഞു തന്റെ വീട്ടിലേക്കു പോവുകയായിരുന്ന ഒരു പെൺകുട്ടിയെ ഷൊർണ്ണൂരിനടുത്തുവച്ചൊരാൾ ട്രയിനിൽ നിന്നും തള്ളിയിട്ടുപീഡിപ്പിച്ചതിനെതുടർന്നു മരണപ്പെട്ട സംഭവം പത്രവാർത്തകളിലൂടെയും മറ്റും നിങ്ങളെല്ലാവരും അറിഞ്ഞു കാണുമെന്നു കരുതുന്നു. അതിനേത്തുടർന്നു ജയിലിൽ തടവുകാരനായിത്തീർന്ന ഈ കുറ്റവാളിയെ കാണുവാനായി ഒരു വൃദ്ധ സന്യാസിനി ജയിലിലെത്തുന്നു എന്നു സങ്കൽപ്പിക്കുക.

രോഗികളെ സമാശ്വസിപ്പിക്കുവാനും കുറ്റവാളികളെ ഉപദേശിച്ചു മാനസാന്തരപ്പെടുത്തുവാനും ശ്രമിക്കുന്നതു തന്റെ കടമയും തൊഴിലുമായി സ്വീകരിച്ചുപോന്ന ആളായിരുന്നു സന്ന്യാസിനി. അവർ, തന്റെ മുന്നിൽ അഴികൾക്കപ്പുറത്തായി നിൽക്കുന്ന

കുറ്റവാളിയുടെ മുഖത്തേക്കു നോക്കി അല്പനേരം നിന്നു. പിന്നീട് വളരെ അനുകമ്പാർദ്രമായ സ്വരത്തിൽ 'കുഞ്ഞുസഹോദരാ വിഷമിക്കരുത്'. അബദ്ധം പറ്റാത്തവരാരുമില്ല. പരിണതഫലത്തേപ്പറ്റി ഓർക്കാതെ ഒരാവേശത്തിന്റെ പേരിലല്ലേ നമ്മളെല്ലാം ഓരോന്നു ചെയ്തുകൂട്ടുന്നത്.

കുഞ്ഞേ അപരാധങ്ങളെന്തെങ്കിലും ചെയ്തുപോയിട്ടുണ്ടെങ്കിൽ പശ്ചാത്താപം മാത്രമാണതിനു പരിഹാരം. ദൈവം കനിഞ്ഞു നൽകിയതാണ് നമ്മുടെയെല്ലാം ജീവൻ. അതിനെ ഇല്ലാതാക്കാൻ ആ ദൈവശക്തിക്കല്ലാതെ മറ്റാർക്കും അവകാശമില്ല കുഞ്ഞേ. മനസ്സിനു ശാന്തിയും സമാധാനവും കൊണ്ടുത്തരുന്ന പരിഹാരക്രിയയാണ് പശ്ചാത്താപം. നിന്റെ മനസ്സു ഞാൻ കാണുന്നുണ്ടു മോനേ. എനിക്കറിയാം നീയിന്ന് മനസമാധാനം ആഗ്രഹിക്കു ന്നുണ്ട്, ഇല്ലേ? നിനക്കൊന്നു പശ്ചാത്തപിക്കണമെന്നു തോന്നുന്നില്ലേ കുഞ്ഞേ?'

സന്ന്യാസിനി പറഞ്ഞുകൊണ്ടേയിരുന്നു.

തടവുപുള്ളിയുടെ മുഖം കൂടുതൽ കൂടുതൽ വലിഞ്ഞുമുറുകിക്കൊണ്ടുമിരുന്നു. അതു കണ്ടതായിപ്പോലും ഭാവിക്കാതെ സന്ന്യാസിനി തന്റെ ജോലി തുടർന്നു .

'പൊന്നുമോനെ, ഒരു പെൺകുട്ടിയെ അവളുടെ അനുവാദമില്ലാതെ...'

സന്ന്യാസിനി അതു പൂർത്തിയാക്കും മുമ്പ് അയാൾ പൊട്ടിത്തെറിച്ചു.

'ദേ, തള്ളേ, ഒന്നു പോകുന്നുണ്ടോ ഇവിടുന്ന്'

അവർ എന്തോ പറയുവാനാഞ്ഞെങ്കിലും അയാളുടെ ശൗര്യത്തിനു മുന്നിൽ അത് അലസിപ്പോയി.

'ഇനിയുമിവിടെനിന്നു വായ്തുറന്നാൽ നിങ്ങളെന്റെ തനിനിറം കാണും. എന്താ, കാണണോ? ആറും അറുപതുമെല്ലാമെനിക്കൊന്നുപോലാ'

ഈ കഥനം ഞാനിവിടെ നിറുത്തുകയാണെന്നു ശോഭ പറയുമ്പോൾ കേട്ടുകൊണ്ടിരുന്നവർക്കാവേശമായി .

ബാക്കികൂടി പറയണമെന്നായി അവർ.

പിന്നീടവിടെ നടന്നതെന്താണെന്നതിന് ഇവിടെ പ്രസക്തിയില്ല. നമുക്കറിയേണ്ടത് ഈ കഥയിലെ കഥാപാത്രങ്ങളുടെ മനോ

വ്യാപാരങ്ങളാണ്.

പ്രഭാഷക ഒരു വലിയചോദ്യം കേഴ്വിക്കാരുടെ മുന്നിലേക്കിട്ടു കൊടുത്തു.

'മറ്റുള്ളവരുടെ നൻമക്കുവേണ്ടി അവരെ ഉപദേശിക്കുകയും ശുശ്രൂഷിക്കുകയും ചെയ്യുന്ന പ്രവൃത്തി പൂർണ്ണമായും ശരിയാണെന്ന ധാരണയിലായിരിക്കുമല്ലോ സന്ന്യാസിനി തടവുപുള്ളിയോടു സംസാരിച്ചിട്ടുണ്ടാവുക?

അതുപോലെ, സ്ത്രീകളെ സൃഷ്ടിച്ചിരിക്കുന്നത് പുരുഷന്റെ ആഗ്രഹപൂർത്തീകരണത്തിനാണെന്നു വിശ്വസിച്ച് താൻ ചെയ്യുന്ന പ്രവൃത്തിയും ശരിയാണെന്ന ധാരണയിലായിരിക്കുമല്ലോ തടവുപുള്ളിയും സംസാരിച്ചിട്ടുണ്ടാവുക? ഞാനാണു ശരിയെന്ന രണ്ടു ധാരണകൾ ഇവിടെ നേർക്കുനേർ കണ്ടുമുട്ടുകയാണ്.

ഇതിൽ ആരുടെ ധാരണയാണ് ശരി, അല്ലെങ്കിൽ കൂടുതൽ ശരി?

കേട്ടിരുന്നവർ ആലോചനയിൽ മുഴുകി, കണ്ണിൽക്കണ്ണിൽ നോക്കിയിരുന്നു. അടുത്തക്ലാസ്സിൽ ഞാൻ നിങ്ങളുടെ ഉത്തരങ്ങൾ പ്രതീക്ഷിക്കുന്നു എന്നുപറഞ്ഞുകൊണ്ട് തന്റെ സംസാരം അവസാനിപ്പിക്കുമ്പോൾ ശോഭ അവരുടെയെല്ലാം അദ്ധ്യാപികയായി മാറുകയായിരുന്നു

അനുഭവങ്ങളും പ്രതികരണങ്ങളും

ആരുടെ ധാരണയാണു ശരിയെന്നല്ലേ കഴിഞ്ഞ ക്ലാസ്സിൽ ഞാൻ ചോദിച്ചിരുന്നത്? ഈ ചോദ്യത്തോടെയാണ് ശോഭ അന്നു ക്ലാസ്സു തുടങ്ങിയത്. ഉടൻ തന്നെ ഒരാൾ മറുചോദ്യവുമായി ട്ടെഴുന്നേറ്റു.

'ധാരണയെന്നാൽ എന്താണെന്നറിയാതെ, ആരുടെ ധാരണ യാണു ശരിയെന്ന് എങ്ങനെയാണു വിലയിരുത്തുക?'

ചോദ്യം ശരിയാണ്. എന്താണു ധാരണയെന്നറിയണമെങ്കിൽ എങ്ങനെയാണതുണ്ടാകുന്നതെന്ന് ആദ്യമറിയണം. എല്ലാവരും ശ്രദ്ധിച്ചു കേൾക്കണം.

പഞ്ചേന്ദ്രിയങ്ങളിലൂടെ നമ്മളിലെത്തുന്ന അനുഭവങ്ങളുണ്ടാ ക്കുന്ന ഉത്തേജനമാണ് നമ്മളിൽ ധാരണകൾ രൂപപ്പെടുത്തുന്നത്. ഈ ധാരണകൾ അഥവാ വികാരങ്ങളുടെ അടിസ്ഥാനത്തിലാണ് നമ്മൾ തീരുമാനങ്ങളെടുക്കുന്നത്. ഏതൊരു കാര്യത്തേപ്പറ്റിയും ശരിയായ ധാരണയുള്ളവനെ ധിഷണാശാലിയെന്നാണു പറയുക. ചുരുക്കിപ്പറഞ്ഞാൽ,നമ്മൾ തീരുമാനം എടുക്കുവാനുള്ള കാരണം നമ്മുടെ അനുഭവങ്ങളാണ്. ഈ അനുഭവങ്ങളെ സ്ട്രോക്ക് (stroke) എന്നാണു പറയുക.

അപ്പോഴാണു ലാബ് ടെക്നീഷ്യനായ ഒരു രക്ഷാകർത്താ വിന്റെ സംശയം.

'മാം, പക്ഷാഘാതത്തിനും സ്ട്രോക്കെന്നല്ലേ പറയുക?'

അതേ, അർത്ഥങ്ങൾ ഇനിയുമുണ്ട്.

എൻജിനിലെ പിസ്റ്റൺ ചലനം, ഇടിമിന്നൽ എന്നിവയ്ക്കും സ്ട്രോക്ക് എന്നാണ് പറയുക.

അപ്പോൾ മറ്റൊരാളുടെ സംശയം 'പേപ്പറിൽ ഒരു വര വരക്കു

ന്നതിന് സ്ട്രോക്കെന്നല്ലേ പറയുക?

അതേ, എങ്ങനെയാണ് പേപ്പറിൽ വരയുണ്ടാകുന്നത്, പേപ്പറിനുമേൽ പെൻസിൽ ഉരസുമ്പോൾ അഥവാ തലോടുമ്പോഴല്ലേ?

ഈ തലോടൽ കൂടുതൽ ശക്തിയിലാണു പ്രയോഗിക്കുന്നതെങ്കിലോ, വരകൾ കൂടുതൽ ആഴത്തിൽ പതിയുകയും അവ പിന്നീടു മായ്ക്കുവാൻ ഏറെ പ്രയാസമായിത്തീരുകയും ചെയ്യും, ഇല്ലേ?

ജീവിതത്തിൽ ഒരോരോ അനുഭങ്ങൾ പഞ്ചേന്ദ്രിയങ്ങളിലൂടെ നമ്മളെ തഴുകുമ്പോൾ അവ വ്യത്യസ്തങ്ങളായ വികാരങ്ങളായി തലച്ചോറിൽ അപ്പഴപ്പോൾ രേഖപ്പെടുത്തുന്നു. സന്തോഷം, സംതൃപ്തി, സമാധാനം, പ്രത്യാശ, പ്രതീക്ഷ, ആശ്വാസം, ആശ്ചര്യം, ദയ എന്നിവ തരുന്ന അനുഭങ്ങൾ രേഖപ്പെടുത്തുന്നത് പോസിറ്റീവ് സ്ട്രോക്കുകളായിട്ടാണ്.

അങ്ങനെയാണെങ്കിൽ നെഗറ്റീവ് സ്ട്രോക്ക് എന്തൊക്കെ ആയിരിക്കും?

ദുഃഖമെന്നൊരാൾ ഉത്തരം പറഞ്ഞു. പിന്നെയാർക്കും മിണ്ടാട്ടമില്ല.

ദു:ഖം മാത്രമേയുള്ളോ?

സങ്കടം, സഹതാപം, വിഷമം, നിരാശ എന്നീ ദുഃഖാനുഭവങ്ങളും കോപം, വിദ്വേഷം, വെറുപ്പ് എന്നീ കോപാനുഭവങ്ങളും അസൂയ, അപകർഷത, അക്ഷമ, ഉത്കണ്ഠ, സങ്കോചം, പേടി, നാണം, ഭയം എന്നീ ഭയാനുഭവങ്ങളും തലച്ചോറിൽ രേഖപ്പെടുത്തുന്നുണ്ട്. അവ നെഗറ്റീവ് സ്ട്രോക്കുകളാണ്.

രണ്ടുവയസ്സിനു മുമ്പുണ്ടായ അനുഭവങ്ങൾ നിങ്ങൾക്കാർക്കെങ്കിലും ഓർത്തെടുക്കാൻ കഴിയുന്നുണ്ടോ? നിങ്ങൾ വളർന്നതിനുശേഷം അച്ഛനമ്മമാരിൽ നിന്നും കേട്ടറിഞ്ഞ കാര്യങ്ങളായിരിക്കരുത്.

ആരും മിണ്ടുന്നില്ല.

കാലം കൂടുതൽ കൂടുതൽ പിന്നിലേക്കു പോകുംതോറും, പ്രത്യേകിച്ച് രണ്ടു വയസ്സിനു മുമ്പുള്ള,അനുഭവങ്ങൾ ഓർത്തെടുക്കാൻ ബുദ്ധിമുട്ടാണെന്ന കാര്യം ഇപ്പോൾ മനസ്സിലായില്ലേ? പക്ഷേ, ആ പ്രായത്തിൽ ലഭിച്ച അനുഭവങ്ങളുണ്ടാക്കിയ വികാരങ്ങളുടെ അടിസ്ഥാനത്തിൽ അന്നെടുത്ത തീരുമാനങ്ങൾ തലച്ചോറിൽ രേഖപ്പെട്ടു കിടക്കുന്നുണ്ടായിരിക്കും. ഇളംപ്രായ

ത്തിൽ ലഭിക്കുന്ന അനുഭവങ്ങൾ അഥവാ സ്ട്രോക്കുകൾ തലച്ചോറിൽ വളരെ ആഴത്തിലായിരിക്കും രേഖപ്പെടുത്തിയിരിക്കുക. ഇങ്ങനെയുള്ള രേഖപ്പെടുത്തലുകളെ സ്ക്രിപ്റ്റ് എന്നാണു പറയുക. ഈ സ്ക്രിപ്റ്റിനെ ഒരാളിന്റെ 'തലവര' എന്നു വേണമെങ്കിൽ പറയാം. കാരണം ഭാവിയിൽ അയാളുടെ സംസാരം, പ്രതികരണം, പ്രവൃത്തി എന്നിവയെല്ലാം നിയന്ത്രിക്കുന്നത് ഈ സ്ക്രിപ്റ്റുകളാണ്.

അതെങ്ങനെയാണ് ടീച്ചർ, കുഞ്ഞു വളർന്നുവരുമ്പോൾ ഇതെല്ലാം മറന്നുപോകില്ലേ?

ഇല്ല,അതാണ് ഇളം തലച്ചോറിന്റെ മാസ്മരികത. ഗർഭാവസ്ഥയിൽ കഴിയുമ്പോൾ തന്നെ ചുറ്റുവട്ടത്തു നിന്നും ലഭിക്കുന്ന അനുഭവങ്ങൾ (സ്ട്രോക്കുകൾ) കുഞ്ഞിന്റെ തലച്ചോറിൽ സ്ക്രിപ്റ്റായി തീരുന്നുണ്ടെന്നും അതനുസരിച്ച് കുഞ്ഞ് പ്രതികരിച്ചു തുടങ്ങുന്നുണ്ടെന്നും വൈദ്യശാസ്ത്രം നേരത്തേ തന്നെ തെളിയിച്ചിട്ടുണ്ട്. ഇങ്ങനെ സ്ക്രിപ്റ്റുണ്ടാകാൻ ഇടയാക്കിയ അനുഭവങ്ങൾ ഭാവിയിൽ എന്നെങ്കിലും അതേപോലെ ആവർത്തിച്ചാൽ, പണ്ട് തീരുമാനിച്ചുറച്ചു രേഖപ്പെടുത്തി വച്ചിരിക്കുന്ന സ്ക്രിപ്റ്റു പ്രകാരമായിരിക്കും പ്രതികരണങ്ങൾ ഉണ്ടാകുന്നത്. ഇങ്ങനെയുള്ള പ്രതികരണങ്ങളെ പുനരാവിഷ്കാരം (Re play) എന്നാണു പറയുക.

'സ്ക്രിപ്റ്റ്, റീപ്ലേ എന്നൊക്കെ പറയുന്നതെന്താണെന്ന് ഒരു വട്ടംകൂടി പറയാമോ ടീച്ചർ?'

ചോദ്യം സദസ്യരിലെ ഏറ്റവും പ്രായംകുറഞ്ഞ അമ്മയുടേതായിരുന്നു.

അതിനെന്താ പറയാമല്ലോ. അതിനു മുമ്പായി ഒന്നു ചോദിക്കട്ടേ? സ്ട്രോക്ക്, സ്ക്രിപ്റ്റ് എന്നെല്ലാം പറഞ്ഞതു കേട്ടപ്പോൾ നിങ്ങളുടെ മനസ്സിലേക്ക് എന്തെങ്കിലും ഓർമ്മകൾ ഓടി എത്തിയോ?

'അത്ര നല്ലതല്ലാത്ത ഒരു സംഭവം ഓർമ്മയിൽ എത്തുന്നുണ്ടേ, എന്ന് വളരെ നീട്ടി ആശ പറയുമ്പോൾ മറ്റുള്ളവരുടെ കണ്ണുകൾ ആശയിലേക്കു നീണ്ടു. അവർ പറഞ്ഞുതുടങ്ങി.

'അന്നു ഞാൻ കോളേജിൽ പഠിക്കുകയായിരുന്നു. ധാരാളം ചിത്രങ്ങൾ വരച്ച് പ്രാക്ടിക്കൽ റിക്കോഡ് തയ്യാറാക്കാനുണ്ടായിരുന്നു. ചിത്രങ്ങൾ തയ്യാറാക്കുമ്പോൾ താളുകളുടെ ഒരു പുറം മാത്രമേ ഉപയോഗിക്കാവൂ എന്ന് അദ്ധ്യാപകൻ പറഞ്ഞിരുന്നുവെങ്കിലും

ഞാൻ അതു ശ്രദ്ധിച്ചിരുന്നില്ല ഇരുപുറത്തും വരയ്ക്കുകയും എഴുതുകയും ചെയ്തു. റിക്കോർഡ് പരിശോധനയിൽ ഇതുകണ്ട അദ്ധ്യാപകൻ ക്രുദ്ധനായി. എന്നു മാത്രമല്ല, തന്റെ കൈയിലിരുന്ന ചുവപ്പു മഷിനിറച്ച പഴയൊരു ഫൗണ്ടൻ പേനകൊണ്ട് ഇംഗ്ലീഷ് അക്ഷരമാലയിലെ ഇരുപത്തിനാലാമത്തെ അക്ഷരം സാമാന്യം വലിപ്പത്തിൽതന്നെ എന്റെ ചിത്രത്തിനുമേലെ വരഞ്ഞു വച്ചു. ആ വരകൾമൂലം അടിയിലുണ്ടായിരുന്ന മൂന്നു പേജുകൾ കൂടി കീറി വികൃതമായി. അദ്ദേഹത്തിന്റെ പേനയുടെ ഉരസ്സലിന് അത്ര ശക്തി യായിരുന്നു. ആ കീറൽ എന്റെ മനസ്സിനാണേറ്റത്.

അതെന്റെ മനസ്സിൽ നിന്നും മായാതിരിക്കാൻ മറ്റൊരു കാര്യം കൂടി ഉണ്ടായി. ചുവപ്പുമഷികൊണ്ടു വെട്ടിക്കളഞ്ഞ ഭാഗങ്ങൾ ഒരു ദിവസം അമ്മ കാണുവാനിടയായി. ഇതെന്താടീ എല്ലാം വെട്ടി ക്കളഞ്ഞിരിക്കുന്നത്. തെറ്റിപ്പോയതുകൊണ്ട് സാർ വെട്ടിക്കള ഞ്ഞതാണമ്മേ, ഞാനൊരു കള്ളം പറഞ്ഞു. തെറ്റുകൾ വെട്ടിക്ക ളയുന്നതിങ്ങനെയാണോ? ഒറ്റവെട്ടിൽ മൂന്നു താളുകൾ കീറണ മെങ്കിൽ നിന്നോട് ആ സാറിന് എത്രമാത്രം ദേഷ്യം ഉണ്ടായി രിക്കും. എനിക്കുത്തരമില്ലായിരുന്നു. തലോടലുകൾ കൂടുതൽ ശക്തിയിലാണ് ഉരസുന്നതെങ്കിൽ അവ കൂടുതൽ ആഴത്തിൽ പതിയുകയും പിന്നീടു മായ്ക്കാൻ പ്രയാസമായിത്തീരുകയും ചെയ്യുമെന്ന് ടീച്ചർ പറഞ്ഞപ്പോൾ പെട്ടെന്ന് എന്റെ ഓർമ്മയിലെ ത്തിയത് ഈ സംഭവമാണ്.

അതു പറഞ്ഞിട്ട് ആശ ഇരിക്കുമ്പോൾ ടീച്ചർ പറഞ്ഞു തുടങ്ങി.

സ്ക്രിപ്റ്റ് , റീപ്ലേ എന്നെല്ലാം പറഞ്ഞാൽ എന്താണെന്ന് ഒരാൾ ചോദിച്ചില്ലേ? റീപ്ലേ എന്താണെന്നുള്ളതിനുള്ള ഉത്തരം ഇപ്പോൾ ആശ പറഞ്ഞ കഥയിലുണ്ട്. അതു കൂടുതൽ വ്യക്തമാക്കാനായി അടുത്ത ക്ലാസ്സിൽ ഒരു സംഭവകഥ പറയാം.

വെള്ളത്തിലിറങ്ങാൻ ഭയക്കുന്നവൻ

'സ്ക്രിപ്റ്റെന്നു പറഞ്ഞാൽ എന്താണെന്ന് ഒന്നുകൂടി പറയണമെന്നല്ലേ കഴിഞ്ഞ ദിവസം ഒരാൾ ആവശ്യപ്പെട്ടത് ' ഇതു ചോദിച്ചുകൊണ്ടായിരുന്നു ക്ലാസ്സിന്റെ ആരംഭം. പക്ഷേ, അപ്പോഴേക്കും ഒരു രസികൻ ചോദ്യവുമായി നാടകനടനായ സഞ്ജീവൻ എഴുന്നേറ്റു.

'സ്ക്രിപ്റ്റെന്നാൽ സിനിമയുടെ തിരക്കഥയല്ലേ മാം?'

അതെ, സിനിമയുടെ കാര്യംതന്നെ എടുക്കാം. സിനിമ നിർമ്മിക്കുക എന്നത് ഒരു പദ്ധതിയാണ്. ഇതിന്റെ പൂർത്തീകരണത്തിലെ ഓരോ ഘട്ടത്തിലും എന്തെല്ലാമാണ് ചെയ്യേണ്ടതെന്നതിന്റെ വിശദവും വ്യക്തവുമായ രേഖപ്പെടുത്തലുകളാണ് തിരക്കഥയിൽ ഉണ്ടായിരിക്കുക.

അപ്പോഴാണു നാരായണന്റെ ഓർമ്മപ്പെടുത്തൽ 'ഇന്നൊരു കഥ പറയാമെന്നു കഴിഞ്ഞ ദിവസം മാഡം പറഞ്ഞിരുന്നു'.

ശരിയാണ്, പറഞ്ഞിരുന്നു. ഒരു സംഭവ കഥയുടെ കാര്യമല്ലേ?

പക്ഷേ,കഥയിലേക്കു കടക്കണമെങ്കിൽ ഒരു പടിപ്പുര കടന്നു വേണം ചെല്ലാൻ. ആ പടിപ്പുരയാണ് സ്ക്രിപ്റ്റ്. സിനിമയുടെ നിർമ്മാണ പ്രവർത്തനങ്ങൾ എങ്ങനെയെല്ലാമായിരിക്കണമെന്നു മുൻകൂട്ടി രേഖപ്പെടുത്തി വച്ചിരിക്കുന്നതുപോലുള്ള കാര്യങ്ങളാണ് നമ്മുടെ തലച്ചോറിലും സംഭവിക്കുന്നത്. ഓരോ സാഹചര്യത്തിലും നാം എങ്ങനെ പ്രവർത്തിക്കണമെന്നു ചെറുപ്പത്തിൽ ലഭിച്ച സ്ട്രോക്കുകളുടെ അടിസ്ഥാനത്തിൽ തലച്ചോറിൽ രേഖപ്പെടുത്തിവച്ചിട്ടുണ്ട്.

ചുരുക്കിപ്പറഞ്ഞാൽ, അനുഭവങ്ങളാകുന്ന സ്ട്രോക്കുകൾ തലച്ചോറിൽ ഉണ്ടാക്കുന്ന രേഖപ്പെടുത്തലുകളാണ് സ്ക്രിപ്റ്റ്.

ഒരാളിന്റെ തലച്ചോറിലുള്ള സ്ക്രിപ്റ്റിൽ എൺപതു ശരമാനവും രൂപംകൊള്ളുന്നത് ഒന്നോ രണ്ടോ വയസ്സിനുള്ളിലാണ്. ബാക്കിയുള്ളത് ഏകദേശം ആറു വയസ്സിനുള്ളിലും പൂർത്തിയാകും.

അപ്പോൾ ഇതാണു നമ്മുടെ തലേലെഴുത്ത് അല്ലേ മാം?

അതെ, ഇതാണു നമ്മുടെ തലവര.

ഈ സ്ക്രിപ്റ്റനുസരിച്ചായിരിക്കും ഒരാൾ ജീവിതകാലം മുഴുവൻ പ്രവർത്തിക്കുന്നതും ആശയവിനിമയം നടത്തുന്നതും.

'അപ്പോഴിതു മാറ്റാൻ പറ്റില്ലേ ടീച്ചർ?' സാജിതയങ്ങനെ ചോദിച്ചപ്പോൾ, ഗോപാലന്റെ വിധിപറച്ചിൽ, 'തലേലെഴുത്തെങ്ങനെ മാറ്റാനാ സാജിതേ?'

'അതു മാറ്റാം', ഗോപാലനെ തിരുത്തിക്കൊണ്ടു ടീച്ചർ ഇടപെട്ടു. അതിനുനിരന്തരമായ പരിശ്രമം വേണമെന്നു മാത്രം. നമ്മുടെ പോരായ്മകളെപ്പറ്റി നമ്മളറിയണം. അതറിയിക്കാനുള്ള കൗൺസലിംഗ് തുടങ്ങിയ മനഃശാസ്ത്രപരമായ ചികിത്സകളുണ്ടാകണം.

ടീച്ചറേ കഥ പറിഞ്ഞില്ല, നാരായണൻ വീണ്ടും ഓർമ്മിപ്പിച്ചു.

ശരി, അപ്പോൾ നമുക്കു കഥ തുടങ്ങാം, ല്ലേ?

ഇതു സംഭവിച്ച കഥയാണ്, എങ്ങും സംഭവിക്കാവുന്നതുമാണ്.

എന്റെ അടുത്ത വീട്ടിലെ ചെറുപ്പക്കാരൻ അന്യനാട്ടിലെ പഠിത്തമെല്ലാം കഴിഞ്ഞു വീട്ടിൽ നിൽക്കുന്ന കാലം. അന്നയാൾക്ക് ഇരുപത്തഞ്ചിനോടടുത്ത പ്രായം. ഒരു മഴക്കാലത്ത് ബന്ധുവീട്ടിലെ വിവാഹത്തിനു പോകാനായി അച്ഛനമ്മമാരോടൊപ്പം അയാളും രണ്ട് അനുജന്മാരും തയ്യാറായി.

വേഗമെത്താനായി നാട്ടിൻ പുറത്തെ കുറുക്കുവഴിയിലൂടെ പോകാമെന്നായി അച്ഛൻ. അങ്ങനെ പോകുന്നവഴിയിൽ ചെറിയൊരു തോടുണ്ടായിരുന്നു. നല്ല ഒഴുക്കുള്ള തോട്ടിൽ മുട്ടോളം വെള്ളവും.

അയാളൊഴികെ എല്ലാവരും മറുകരയെത്തി. ഒഴുക്കുകണ്ടു പേടിച്ചിട്ടായിരിക്കും ചേട്ടൻ തോട്ടിൽ ഇറങ്ങാത്തതെന്നു അനുജൻമാർ ധരിച്ചു. അവർ തോടുകടന്നു തിരിച്ചെത്തി. പേടിക്കേണ്ടാ ചേട്ടനിറങ്ങ് ഞങ്ങൾ പിടിച്ചുകൊള്ളാം അതു പറഞ്ഞിട്ടവർ സ്നേഹപൂർവ്വം ചേട്ടന്റെ കൈകളിൽ പിടിച്ചുവലിച്ചു. പിന്നീട്

അവിടെ കാണുന്നത് അനുജൻമാരിൽനിന്നും കുതറിയിട്ട് ഭയാനകമായ അലർച്ചയോടുകൂടി വീട്ടിലേക്ക് ഓടുന്ന ചേട്ടനെ ആയിരുന്നു. പിന്നാലെ വീട്ടിലെത്തിയ അച്ഛൻ എത്രശ്രമിച്ചിട്ടും മകനിൽനിന്നും ഒന്നുമറിയാൻ കഴിഞ്ഞില്ല.

അങ്ങനെയാണവർ അടുത്തുള്ളൊരു ഡോക്ടറുടെ നിർദ്ദേശപ്രകാരം ഒരു 'മെന്റലിസ്റ്റിന്റെ' മുന്നിലെത്തുന്നത്. മകനെ പുറത്തിരുത്തിയിട്ട് അച്ഛനമ്മമാരോട് അവരുടെ കുടുംബപശ്ചാത്തലവും മറ്റും ചോദിച്ചറിയുന്ന കൂട്ടത്തിൽ, മകൻ ഇപ്പോഴെന്തു ചെയ്യുന്നുവെന്നും മെന്റലിസ്റ്റ് ചോദിക്കുകയുണ്ടായി. 'അവന്റെ പഠിത്തമെല്ലാം കഴിഞ്ഞു, ജോലിയൊന്നുമായില്ല, ഇപ്പോൾ ചുമ്മാ വീട്ടിലിരുപ്പാണു ഡോക്ടറെ' അച്ഛൻ പറഞ്ഞു. 'ചുമ്മാതിരിപ്പൊന്നുമല്ല' അമ്മ അച്ഛനെ തിരുത്തി 'കൂട്ടുകാരുമൊത്തു ഊരുചുറ്റലാണിപ്പോൾ ജോലി. കഴിഞ്ഞ മാസത്തിലും പോയിട്ട് ഒരാഴ്ച കഴിഞ്ഞാണു വന്നത്'. മകനേപ്പറ്റി കുറ്റം പറയുന്നതു കേട്ടപ്പോൾ അച്ഛൻ അമ്മയേനോക്കി കണ്ണുരുട്ടി. ങേ, ഒള്ളകാര്യമല്ല്യോ ഞാൻ പറഞ്ഞതെന്ന അമ്മയുടെ അടക്കം പറച്ചിൽ മെന്റലിസ്റ്റും കേട്ടു. അല്പസമയം മകനോടൊത്തു പുറത്തിരിക്കാനായി അച്ഛനെ പറഞ്ഞുവിട്ടതിനു ശേഷം എല്ലാവർക്കും ചായ കൊടുക്കാൻ അദ്ദേഹം ഏർപ്പാടാക്കി. ചായകുടി കഴിഞ്ഞ് അമ്മയുമായുള്ള സംസാരത്തിൽ നിന്നാണ് സ്ഥിരമായ കൂട്ടുകാർ നാലുപേരുണ്ടെന്ന് അദ്ദേഹം മനസ്സിലാക്കുന്നത്. പുറത്തിരുന്ന അച്ഛനെ അകത്തേക്കു വിളിപ്പിച്ചിട്ടു ചോദിച്ചു.

'മകന്റെ നാലു കൂട്ടുകാരേപ്പറ്റി അമ്മയെന്നോടു പറഞ്ഞു . ആ നാലുകൂട്ടുകാരെ അടുത്തൊരു ദിവസംതന്നെ ഇവിടെവരെ ഒന്നെത്തിക്കാമോ?'

'ശ്രമിക്കാം ഡോക്ടറേ'

'ശ്രമിച്ചാൽ പോരാ കൊണ്ടുവരണം. ഒരു പക്ഷേ അവരിൽ നിന്ന് എന്തെങ്കിലും അറിയാൻ കഴിഞ്ഞേക്കും.'

ഡോക്ടറുടെ ശക്തമായ നിർദ്ദേശം സമ്മതിച്ചു കൊണ്ടവർ വീട്ടിലേക്കു മടങ്ങി. കൂട്ടുകാർ നാലുപേരും വരുന്നതുവരെ നമുക്ക് കാത്തിരിക്കാം. അതുപറഞ്ഞു കൊണ്ട് ടീച്ചർ ക്ലാസ്സ് അവസാനിപ്പിച്ചു.

വിനോദസഞ്ചാരത്തിന് പോയ കൂട്ടുകാർ

മെന്റലിസ്റ്റിന്റെ മുറിയിൽ നാലുകൂട്ടുകാരും എത്തിയപ്പോൾ എന്താണു സംഭവിച്ചതെന്ന് നിങ്ങൾക്കറിയേണ്ടേ എന്ന ചോദ്യവുമായി ശോഭടീച്ചർ ക്ലാസ്സിൽ വീണ്ടുമെത്തുമ്പോൾ, അറിയണം അറിയണമെന്നുള്ള കോറസ്സായിരുന്നു ക്ലാസ്സിലെങ്ങും. ശരി, കേട്ടോളൂ. ദീർഘനേരമായി അവർ നാലുപേരോടും മെന്റലിസ്റ്റ് പലതും ചോദിച്ചു മനസ്സിലാക്കിക്കൊണ്ടിരിക്കുമ്പോൾ അതിലൊരാളിൽ നിന്നും 'ഓ, ഈ വിരസതയാർന്ന ജീവിതത്തേപ്പറ്റി എന്തു പറയാനാ' എന്നൊരു വാചകം വീണു കിട്ടി. മെന്റലിസ്റ്റ് അതിൽ പിടിച്ചുകയറി.

വിരസതയേറുമ്പോൾ അതുമാറ്റാനായിട്ടെന്തെങ്കിലുമൊക്കെ ചെയ്തുകൂടെ? വായന, സിനിമ, സ്പോർട്സ്, യാത്ര അങ്ങനെയുള്ളതെന്തെങ്കിലും?

യാത്ര ചിലപ്പോഴൊക്കെ നടത്താറുണ്ട്. അതാണു സാർ ആകെയുള്ളൊരാശ്വാസം.

'അതേയോ? എനിക്കും യാത്ര വലിയ ഇഷ്ടമാണ്. എന്റെ റിസേർച്ച് സ്കോട്ട്ലെന്റിലായിരുന്നു. അന്നു ഞാൻ ധാരാളം യൂറോപ്യൻ കൺട്രീസ് വിസിറ്റു ചെയ്തിരുന്നു. കാഴ്ചകൾ കാണുന്നതു പോലെതന്നെ എനിക്കിഷ്ടമാണ് ട്രാവലോഗുകൾ വായിക്കു ന്നതും ട്രാവലിംഗ് എക്സ്പീരിയൻസ് എഴുതുന്നതും കേൾക്കുന്നതുമെല്ലാം. യാത്രയാകുമ്പോൾ ഓർത്തുവയ്ക്കാൻ എന്തെങ്കിലുമൊക്കെ രസകരമായ കാര്യങ്ങൾ ഉണ്ടാകുമല്ലോ, ഇല്ലെങ്കിൽ നമ്മൾ ഉണ്ടാക്കും ഇല്ലേ?'

ഇങ്ങനെയെല്ലാം പറഞ്ഞുകൊണ്ട് മെന്റലിസ്റ്റ് അവർക്കു

മുന്നിലേക്ക് ചൂണ്ടയെറിഞ്ഞെങ്കിലും അവരാരും അതിൽ കൊത്തിയില്ല.

അദ്ദേഹം വീണ്ടും തന്റെ ചൂണ്ടയൊരുക്കി.

'ഞാൻ പോസ്റ്റ് ഗ്രാജുവേഷൻ ചെയ്യുമ്പോൾ ഞങ്ങൾ അഞ്ചു പേർ മലയോരപ്രദേശത്തേക്ക് ഒരു യാത്ര പോയി. യാത്രയ്ക്കിടയിൽ ഒരു കുന്ന് കയറാനുണ്ടായിരുന്നു. കൂട്ടത്തിലൊരാളിനു കുന്നു കയറാൻ പ്രയാസം. ഞങ്ങളൊരു കാര്യം ചെയ്തു. കയ്യിലുണ്ടായിരുന്ന പുതപ്പ് ഒരെണ്ണം എടുത്ത് അവനെ അതിൽ കിടത്തി. നാലുപേരും കൂടി പുതപ്പിന്റെ നാലുമൂലയിലും പിടിച്ചുയർത്തി സ്ട്രെച്ചറിൽ കൊണ്ടുപോകുമ്പോലെ നീങ്ങി. വായ്ത്താരിയിട്ടു ഞങ്ങൾ കുന്നു കയറുകയാണ്.

'ഒത്തുപിടിച്ചാൽ മലയും പോരും , ഏലയ്യാ ഏലേലയ്യാ.
ചീക്കപ്പോത്തിവനെന്തൊരു ഭാരം ഏലയ്യാ ഏലേലയ്യാ
മടിയൻ ചേട്ടനെ മലമേലേറ്റാം, ഏലയ്യാ ഏലേലയ്യാ'

അങ്ങനെ കുറേ മേലോട്ടു കയറിയപ്പോൾ ഒരാളിന്റെ കാൽ ഒരു കല്ലിൽ തട്ടി. കയ്യിൽ നിന്നും ബെഡ്ഷീറ്റിന്റെ മൂല പിടിവിട്ടുപോയി. പിന്നെ പറയാനുണ്ടോ. സ്ട്രെച്ചറിൽ കിടന്നവൻ പന്തുരുളും പോലെ താഴേക്ക് , അങ്ങനെയെന്തെല്ലാം. അതൊക്കെയല്ലേ യാത്രയുടെ ഒരു ത്രില്ലെന്നു പറയുന്നത്?'

ഒന്നു നിറുത്തിയിട്ട് ഒളികണ്ണാൽ മെന്റലിസ്റ്റ് അവരെയൊന്നു നോക്കി. അപ്പോൾ അതിലൊരാൾ ആ ചൂണ്ടയിൽ കുരുങ്ങി .

'സാറു പറഞ്ഞതു ശരിയാ ഓർത്തു വയ്ക്കാൻ എന്തെങ്കിലും തമാശയുണ്ടാകും അല്ലെങ്കിൽ ഉണ്ടാക്കും. പക്ഷേ ഈപ്രാവശ്യം' അത്രയും പറഞ്ഞിട്ടയാൾ കൂട്ടുകാരുടെ മുഖത്തേക്കൊന്നു നോക്കി. അവരുടെ മുഖഭാവം വായിച്ച മെന്റലിസ്റ്റിലെ നയതന്ത്രജ്ഞൻ അകത്തേക്കു നോക്കി വിളിച്ചുപറഞ്ഞു 'അയ്യോ ഇവർക്കു ചായ കൊടുക്കാൻ മറന്നു പോയി. ചായ വേഗം വന്നോട്ടെ.'അദ്ദേഹത്തിന്റെ ചായപറച്ചിലിന് ഒരു ക്ഷമാപണഛായ ഉണ്ടായിരുന്നു.

ചായ എത്തിയിട്ട് അല്പനേരമായെങ്കിലും അതൊന്നും ആ നാലുപേർ അറിഞ്ഞമട്ടില്ല.

അവർ അപ്പോഴും കണ്ണിൽക്കണ്ണിൽ നോക്കി ഏതോ ചിന്തയിലായിരുന്നു.

'നിങ്ങൾ ചായ കുടിച്ചില്ലല്ലോ' ചായ ചൂണ്ടിക്കാട്ടിക്കൊണ്ടു

മെന്റലിസ്റ്റ് തുടർന്നു. 'നിങ്ങളുടെ കൂട്ടുകാരനെ ഇവിടെ എന്തിനാണ് കൊണ്ടുവന്നതെന്നു അറിഞ്ഞുകാണുമല്ലോ, ഇല്ലേ? അയാളുടെ ചികിത്സയ്ക്ക് സഹായകരമായ എന്തെങ്കിലും വിവരം നിങ്ങളിൽ നിന്നു കിട്ടുമോ എന്നു മാത്രമാണെന്റെ ശ്രമം. അതുമൂലം നിങ്ങൾക്കൊരിക്കലും യാതൊരു ദോഷവുമുണ്ടാകില്ല. എന്തു രഹസ്യമായാലും അതു കുമ്പസാര രഹസ്യംപോലെ എന്നോടൊപ്പം മണ്ണടിയും.'

നിങ്ങൾക്കെന്നെ പൂർണ്ണമായും വിശ്വസിക്കാം. ചില സമയത്ത് നിങ്ങളുടെ കൂട്ടുകാരനിൽ എന്തോ ചില അസ്വാഭാവികതകൾ കാണുന്നുണ്ടെന്ന് അയാളുടെ അച്ഛനമ്മമാരിൽനിന്നും ഞാനറിഞ്ഞു. അത് അസുഖമാണന്നൊന്നും എനിക്കു തോന്നിയിട്ടില്ല. നിങ്ങൾക്കങ്ങനെ വല്ലതും തോന്നിയിട്ടുണ്ടോ?

സാറു പറഞ്ഞതു നേരാ. അവനങ്ങനെ അസുഖമൊന്നുമില്ല. പിന്നെ, വെള്ളത്തിലിറങ്ങാൻ പേടിയാ അത്രതന്നെ.

'ഓഹോ, അങ്ങനെയാണോ?' മെന്റലിസ്റ്റ് അത്ഭുതം നടിച്ചു.

'അതേ സാർ, കഴിഞ്ഞ മാസത്തെ യാത്രയിൽ കാവേരിപ്പുഴയിൽ കുളിക്കാനിറങ്ങി. അവൻമാത്രം കരയിലിരുന്നു. അവനെ കുളിപ്പിക്കണമെന്നു ഞങ്ങൾ തീരുമാനിച്ചു. യാത്രകൾക്കിടയിൽ പുഴയിൽ കുളിക്കാനിറങ്ങുന്നത് അത് രണ്ടാം തവണയായിരുന്നു. മുമ്പൊരിക്കൽ ഞങ്ങൾ ആലുവാപ്പുഴയിൽ കുളിക്കാനിറങ്ങിയപ്പോഴും അവൻ ഇറങ്ങിയില്ല, പനിയാണെന്നുപറഞ്ഞു കരയിലിരുന്നു. അന്നു ഞങ്ങൾ നിർബ്ബന്ധിച്ചില്ല. ഒരു തമാശ ഒപ്പിക്കണമെന്നേ വിചാരിച്ചുള്ളു. ഞങ്ങൾ നാലുപേരുംകൂടി അവനെ ബലമായി പിടിച്ചുവലിച്ചു. വെള്ളത്തിലേക്കിറങ്ങാറായപ്പോൾ അവൻ കുതറി. ഹോ! എന്താ അപ്പോഴവന്റെ ഒരു ബലം, ഞങ്ങൾ നാലുപേരുടെ പിടിയിൽനിന്നും രക്ഷപ്പെട്ട് കരയിലേക്കോടുമ്പോൾ അവൻ എന്തൊക്കെയോ വികൃതശബ്ദം ഉണ്ടാക്കുന്നുണ്ടായിരുന്നു. അതിനു മുമ്പ് അങ്ങനെയൊരു ശബ്ദം അവനിൽനിന്നും കേട്ടിട്ടേയില്ല. ഞങ്ങളെ മുമ്പൊരിക്കലും കണ്ടിട്ടില്ലാത്ത ഭാവത്തിലായിരുന്നു പിന്നീടു കുറേനേരത്തേക്ക് അവന്റെ പെരുമാറ്റം. അതോടുകൂടി ഞങ്ങളുടെ എല്ലാ രസവും പോയി. യാത്ര അവിടെ അവസാനിപ്പിച്ചു.

ചെറുപ്പം മുതൽ പഠനമെല്ലാം വെളിയിലായിരുന്നതിനാൽ അവനു വെള്ളത്തിലിറങ്ങി ശീലമില്ലായിരിക്കുമെന്നു കരുതി

അന്നതു കാര്യമായെടുത്തില്ല. ഇപ്പോൾ ഈ കാര്യമറിഞ്ഞപ്പോൾ ഞങ്ങൾക്കെന്തോ ഒരു...

'ഹേയ്, പേടിക്കേണ്ട കാര്യമൊന്നുമില്ല, നമുക്കിതു ശരിയാക്കാം. എന്നോടു സഹകരിച്ചതിനു നന്ദി. നിങ്ങൾ പുറത്തേക്കിരിക്കൂ. അൽപം കഴിഞ്ഞ് അയാളുടെ അമ്മയെ ഇങ്ങോട്ടുപറഞ്ഞു വിടണം, അതിനുള്ളിൽ ഞാനൊരു ചായ കുടിക്കട്ടെ'. അതു പറഞ്ഞുകൊണ്ട് അദ്ദേഹം എഴുന്നേറ്റു.

'എങ്കിൽ നമുക്കും ഓരോ ചായ കുടിക്കാം ടീച്ചറേ, ഇന്നത്തെ ചായ എന്റെ വക' അതു പറഞ്ഞത് കോഫീഷോപ്പുടമയായ സുധീരനായിരുന്നു. ചായകുടി കഴിഞ്ഞപ്പോൾ സദസ്സ് വീണ്ടും ഉഷാറായി. നോക്കൂ, മെന്റലിസ്റ്റിന്റെ മുൻപിൽ അമ്മയെത്തി. അവരുടെ സംഭാഷണം നമുക്കൊന്ന് കേൾക്കാം. അതു പറഞ്ഞു കൊണ്ട് ടീച്ചർ കഥ തുടർന്നു.

'അമ്മേയിരിക്കൂ. മക്കൾ മൂന്നുപേരുണ്ടന്നല്ലേ പറഞ്ഞത്?'

'അതേ'

മൂന്നു പേരും അമ്മയോടൊപ്പമാണോ താമസം?'

'അതേ'

'അവരെല്ലാം എവിടെയാണ് പഠിച്ചത്?'

'മൂത്തവൻ നാലാം ക്ലാസ്സ്മുതൽ വെളിയിലാണു പഠിച്ചത്?'

'അതിനു മുമ്പോ?'

'അതിനു മുമ്പ് എന്നോടൊപ്പമായിരുന്നു'.

'നിങ്ങൾ കുറച്ചുനാൾ ജർമ്മനിയിലായിരുന്നുവെന്നു പറഞ്ഞിരുന്നല്ലോ,എന്നാണത് ,അന്നു മക്കളുണ്ടായിരുന്നോ?'

'അത് ഇരുപത്തിമൂന്നുവർഷത്തിനു മുമ്പായിരുന്നു, അന്ന് മൂത്ത മകൻ മാത്രമേ ഉണ്ടായിരുന്നുള്ളൂ'.

അന്ന് മകൻ നിങ്ങളോടൊപ്പമായിരുന്നോ?

'അല്ല സാർ, അവനെ പ്രസവിച്ച് ആറാംമാസത്തിൽ ഞാൻ ജർമ്മനിക്കു പോയതാണ്. പിന്നെ വരുന്നതു മൂന്നുവർഷം കഴിഞ്ഞാണ്'

'അപ്പോൾ മകൻ?'

'അവൻ എന്റെ അമ്മയോടൊപ്പമായിരുന്നു?'

അമ്മയിപ്പോഴെവിടെയാണ്?

'എന്റെ ആങ്ങളക്കൊപ്പം ചെന്നൈയിലാണ്'

'അമ്മക്കെന്തു പ്രായം വരും?'

'അറുപത്തിയഞ്ച്'

അമ്മയ്ക്ക് നല്ല ഓർമ്മയൊക്കെയുണ്ടല്ലോ, ല്ലേ?

'അയ്യോ, നല്ല ഓർമ്മയാണ് സാർ'

അമ്മയെ ഇവിടെവരെയൊന്നു കൊണ്ടുവരാൻ പറ്റുമോ?

'കൊണ്ടുവരാമല്ലോ സാർ'

എന്നാലെത്രയും പെട്ടെന്നായിക്കോട്ടെ, മെന്റലിസ്റ്റ് അവരെ യാത്രയാക്കി.

'എന്നാൽ ഞങ്ങളും പോകട്ടേ ടീച്ചറേ'

അമ്മൂമ്മ ചെന്നൈയിൽ നിന്നും വരുമ്പോൾ വീണ്ടും കൂടാം. അതു കമലയുടെ ശബ്ദമായിരുന്നു. എങ്കിൽ അങ്ങനെയാകട്ടെ. അന്നത്തെ ക്ലാസ്സ് അതോടെ അവസാനിച്ചു.

അമ്മൂമ്മപ്പുരാണം

ഇതാ അമ്മൂമ്മയെത്തിക്കഴിഞ്ഞു എന്നു പറഞ്ഞുകൊണ്ടാണ് ടീച്ചർ ക്ലാസ്സിലേക്കു കയറിയത്. ക്ലാസ്സിലെ ആകാംക്ഷയുടെ നിശബ്ദതയെ ഭേദിച്ചുകൊണ്ടു തുടർന്നു.

എല്ലാം അറിഞ്ഞിട്ടാണു അമ്മുമ്മയുടെ വരവെന്നു തോന്നുന്നു. അവർ കൺസൾട്ടിംഗ് റൂമിലേക്ക് കയറിയിട്ടുണ്ട്. അവിടെ നടന്ന സംസാരം എന്തായിരുന്നു എന്നറിയേണ്ടേ?

'വേണം, വേണം'

എങ്കിൽ ശ്രദ്ധിക്കൂ.

'എന്റെ കുഞ്ഞു പാവമാണു സാറേ'

അവനൊരു പേടിത്തൊണ്ടനാ. അവനെ ആരോ കൂടോത്രം ചെയ്തുകാണും ഒറപ്പാ...'

കരയാനും രോഷംകൊള്ളാനും തുടങ്ങിയ അമ്മുമ്മയെ മെന്റലിസ്റ്റൊന്നു നോക്കി. 'അമ്മയിങ്ങോട്ടിരുന്നാട്ടെ, കൊച്ചുമോൻ പേടിത്തൊണ്ടനാ ഇല്ലേ?'

'ജീവിതത്തിൽ ഇത്തിരി പേടിയൊക്കെ നല്ലതല്ലേ സാറേ? ഞങ്ങളവനെ മാനംമര്യാദയായിട്ടാ വളത്തിയത്'.

'സാറേ സാറേ എന്നുള്ള വിളി ഇനിയും വേണ്ടാ. അമ്മയ്ക്കെന്നെ മോനേന്നു വിളിയ്ക്കാം'

അതു കേട്ടപ്പോൾ അമ്മൂമ്മക്കു മെന്റലിസ്റ്റിനോടൊരടുപ്പം തോന്നി. അവർ അല്പംകൂടി അടുത്തിരുന്നു.

പണ്ടു കൊച്ചുമോൻ അമ്മുമ്മയോടൊത്തു താമസിക്കുമ്പോൾ അവിടെ വീട്ടിൽ ആരൊക്കെയാണുണ്ടായിരുന്നത്?

'ഞാനും ഭർത്താവും എന്റെ മോനും ഈ കൊച്ചുമോനും മാത്രം'.

പുറത്തുനിന്നാരെങ്കിലും അന്നു വീട്ടിൽ വരുമായിരുന്നോ?

'കൊള്ളാം,വരുമോന്നോ, അന്നു വീടുപണി നടക്കുന്ന കാലമല്ലേ, ഒന്നുരണ്ടുവർഷക്കാലം മിക്കവാറും ദിവസങ്ങളിൽ നാലഞ്ചാറാളുകൾ പണിക്കാരായിട്ടുണ്ടാകും.

അന്നു കൊച്ചുമോനെത്രയാ പ്രായം?

'മൂന്നരവയസുവരെ അവനവിടെയല്ലേ കഴിഞ്ഞത്?'

അന്നു വേറെ കുഞ്ഞുങ്ങളാരെങ്കിലും വീട്ടിലുണ്ടായിരുന്നോ?

ഇല്ല, ഇപ്പോൾ എന്നോടൊപ്പമുള്ള മോൻ അന്നു കല്യാണം കഴിച്ചിട്ടില്ല.

അന്ന് ഒറ്റക്ക് അടങ്ങിയൊതുങ്ങിക്കഴിഞ്ഞിരുന്ന ഈ കൊച്ചു മോനേപ്പോലുള്ള പിള്ളാരെ ഇപ്പോൾ കണികാണാൻ കിട്ടില്ല, അല്ലേ അമ്മേ?

ഇതു നല്ലകൂത്ത്. സാറേ, അല്ലല്ല, മോനേ, മോനിതെന്തറിഞ്ഞിട്ടാ, അവന്റെ പ്രായത്തിൽ വേറെ രണ്ടെണ്ണം അയലത്തുണ്ടായിരുന്നു. മൂന്നെണ്ണവും കൂടി വീടെടുത്തു തിരിച്ചു വയ്ക്കുമായിരുന്നു. വീടുപണി നടക്കുന്ന കാലമല്ലേ, താമസിക്കാനൊരു ചായിപ്പും പണിയുടെ ആവശ്യത്തിനു വെള്ളം നിറക്കാ നായി മുറ്റത്ത് തീരെ പൊക്കം കുറച്ച് നീളത്തിലൊരു ടാങ്കും അന്നു കെട്ടിയിരുന്നു. പണിതീർന്നിട്ടും കുറച്ചുനാൾകൂടി ആ ടാങ്ക് അവിടെയുണ്ടായിരുന്നു. അതിനുള്ളിലെ വെള്ളത്തിലായിരുന്നു ഇവമ്മാരുടെ കളി.

അങ്ങനെ കളിക്കുമ്പോൾ അമ്മ അടുത്തുണ്ടാകുമോ?

അതെന്തൊരു ചോദ്യം മോനേ. ആറാം മാസത്തിൽ നമ്മളെ ഏൽപ്പിച്ചിട്ടു പോയതല്ലേ അതിന്റെ തള്ള. എന്റെ കണ്ണു തെറ്റിയാൽ മൂന്നെണ്ണവുംകൂടി എന്തൊക്കെ കാട്ടിക്കൂട്ടുമെന്നു പറയാനാവില്ല.

കളികൾക്കിടയിൽ ഇവർ വഴക്കിടാറൊന്നുമില്ലേ?

'അതൊക്കെയുണ്ടായാലും അവരു പിറ്റേന്നും ഒന്നാകും മോനേ. പിള്ളരല്ലേയെന്നു ഞാനും വിചാരിക്കും. എന്നാലും ഓർത്താലിപ്പോഴും മേലാകെ വിറയ്ക്കുന്ന ഒരു കാര്യം ഒരിക്കലുണ്ടായി'. അതേയോ മെന്റലിസ്റ്റ് അത്ഭുതം കൂറി.

'അന്നവനു പ്രായം രണ്ടു കഴിഞ്ഞതേയുള്ളു. അവർ പതിവുപോലെ ഉച്ചതിരിഞ്ഞ് ടാങ്കിലെ വെള്ളത്തിൽ കളിക്കുകയായിരു

ന്നു. ചൂലുണ്ടാക്കാനായി ഈർക്കിൽ ചീകിക്കൊണ്ട് മുറ്റത്തു തന്നെ ഞാനിരിക്കുന്നു. അങ്ങനെയിരിക്കുമ്പോൾ ചായിപ്പിനുള്ളിലെന്തോ മറിഞ്ഞുവീഴുന്ന ഒരു ശബ്ദം കേട്ടു. ബന്തവസില്ലാത്ത ചായിപ്പല്ലേ, വല്ല പൂച്ചയോ പട്ടിയോ ആയിരിക്കുമെന്നു കരുതി ഞാനങ്ങോട്ടോടി. ചായിപ്പിനുള്ളിൽ എത്തിയപ്പോഴേക്കും പുറത്ത് ഇവൻമാരുടെ ബഹളം കേട്ടു. ചിരിയും ഒപ്പം കരച്ചിലും കേൾക്കാം. എന്തോ കുഴപ്പമാണെന്നെന്റെ മനസ്സു പറഞ്ഞു. ഓടി വെളിയിൽ വന്നപ്പോൾ കണ്ട കാഴ്ച, ഹോ!, എന്റെ മോനേ മറ്റേ രണ്ടെണ്ണവും കൂടി എന്റെ കുഞ്ഞിന്റെ തല പിടിച്ചു വെള്ളത്തിൽ മുക്കുകയും പൊക്കുകയും ചെയ്യുന്നു. കുഞ്ഞു വെപ്രാളപ്പെട്ടു കണ്ണുതുറിച്ചു വായുംപൊളിച്ചു പൊങ്ങി വരുന്ന ആ കാഴ്ച കണ്ടിട്ടു ഞാൻ എടാ എന്നലറിവിളിച്ചതുമാത്രമെനിക്കറിയാം. കുറേക്കഴിഞ്ഞു ഞാൻ കണ്ണുതുറക്കുമ്പോൾ പണിക്കാരെല്ലാം എന്റെ ചുറ്റിലും നിൽക്കുന്നു. ബഹളം കേട്ടുകൊണ്ട് അയലത്തുകാരെല്ലാം ഓടിവന്നു. അപ്പോഴെല്ലാം കുഞ്ഞ് ഈയലുപോലെ നിന്നുവിറച്ചത് ഇപ്പോഴും കൺമുന്നിൽ തെളിയുന്നു. ഹോ! എനിക്കതോർക്കാനേവയ്യാ. അമ്മയ്ക്കു കുടിക്കാനൊരു ചൂടുചായ എടുക്കാം. അതു കുടിച്ചിട്ട് അല്പസമയം പുറത്തിരുന്നാട്ടെ.

അമ്മൂമ്മ പുറത്തു പോയപ്പോൾ അച്ഛനും അമ്മയും അകത്തെത്തി. അമ്മൂമ്മ പറഞ്ഞ സംഭവങ്ങളെല്ലാം മെന്റലിസ്റ്റ് അവരെ ധരിപ്പിച്ചു. അമ്മൂമ്മ പറയുന്നതുപോലെ ഇതു കൂടോത്രോം കൈവിഷവുമൊന്നുമല്ല. കുഞ്ഞുപ്രായത്തിൽ കൂട്ടുകാർ അവനെ വെള്ളത്തിൽ മുക്കിയപ്പോൾ ഉണ്ടായ ഭയപ്പാട് അവന്റെ തലച്ചോറിൽ ശക്തമായി പതിഞ്ഞു കിടപ്പുണ്ട്. പണ്ടുണ്ടായ അതേ സാഹചര്യം വീണ്ടുമുണ്ടായപ്പോൾ അന്നു ഭയന്നുകരഞ്ഞ പ്രതികരണത്തിന്റെ ആവർത്തനമുണ്ടായി, അത്രതന്നെ. ഇനിയുമതുണ്ടാകും. അതിനാൽ നമുക്കിതു മാറ്റണ്ടേ?

വേണം സാർ.

അതേത്തുടർന്ന് അയാളെ കുറേനാൾ തെറാപ്പികൾക്കു വിധേയമാക്കി സുഖപ്പെടുത്തിയത് മറ്റൊരു കഥ. ഈ കഥ ഞാനിവിടെ അവസാനിപ്പിക്കുകയാണ്. കഴിഞ്ഞൊരു ക്ലാസ്സിൽ 'റീപ്ലേ' എന്താണെന്നു വിശദീകരിക്കണമെന്നൊരാൾ ആവശ്യപ്പെട്ടില്ലേ? ഈ കഥയിൽനിന്നും എന്താണു റീപ്ലേ എന്നു മനസ്സിലായല്ലോ.

ഇനിയൊരു ചെറിയ ചോദ്യം,

കുഞ്ഞിനെ അവന്റെ കളിക്കൂട്ടുകാർ വെള്ളത്തിൽ മുക്കിയപ്പോൾ ഏതുതരം സ്ട്രോക്കായിരിക്കും കുഞ്ഞിനു കിട്ടിയിട്ടുണ്ടാവുക?

അത് നെഗറ്റീവാണെന്നു സ്പഷ്ടമല്ലേ ടീച്ചർ?

അതെ, ഭയമെന്ന നെഗറ്റീവ്സ്ട്രോക്കു തന്നെയാണ്. ഈ കഥയിൽനിന്നും നിങ്ങളെന്താണു മനസിലാക്കിയത്?

ഒരിക്കലും കൊച്ചുകുട്ടികളെ ഭയപ്പെടുത്തുവാൻ പാടില്ല.

ശരിയാണ് , ഭയമാണ് എല്ലാ മാനസികാസ്വാസ്ഥ്യങ്ങളുടേയും അടിത്തറ. അതിനാൽ ചെറിയ കുട്ടികളെ ഒരുകാരണവശാലും ഭയപ്പെടുത്തുവാൻ പാടില്ല. അമ്മമാരായ നിങ്ങൾ എന്തെല്ലാം കാര്യങ്ങൾ പറഞ്ഞാണ് കുഞ്ഞുമക്കളെ ചോറൂട്ടിയിരുന്നതെന്ന് ഇപ്പോൾ ഓർക്കുന്നുണ്ടോ? അതെല്ലാം ഓർത്തുകൊണ്ടുവേണം ഇനിയുള്ള ക്ലാസ്സുകളിൽ പങ്കെടുക്കാൻ.

നെഗറ്റീവ് സ്ട്രോക്ക് കൊടുത്ത് പോസിറ്റീവ് വാങ്ങുന്നവർ

ഇന്നലെവരെ നിങ്ങളോടു പറഞ്ഞ കാര്യങ്ങളിൽ പ്രധാന പ്പെട്ടവമാത്രം അതിന്റെ ക്രമമനുസരിച്ചു പറയാമോ? ഞാൻ തുടങ്ങി വയ്ക്കാം

പഞ്ചേന്ദ്രിയങ്ങളിലൂടെ നമുക്ക് അനുഭവങ്ങൾ ലഭിക്കുന്നു.

ബാക്കി ആരാ പറയുന്നത്?

അനുഭവങ്ങൾ നമ്മളിൽ ഉത്തേജനമുണ്ടാക്കുന്നു.

സദസ്യർ ഒരോരുത്തരായി പറയാൻ തുടങ്ങി.

ഉത്തേജനം നമ്മളിൽ വികാരങ്ങൾ ഉണ്ടാക്കുന്നു

വികാരങ്ങൾ ചിന്തയെ ഉണർത്തുന്നു

ചിന്തയിൽ നിന്നും തീരുമാനങ്ങൾ ഉണ്ടാകുന്നു.

തീരുമാനങ്ങൾ അനുസരിച്ച് നമ്മൾ പ്രവൃത്തിക്കുന്നു.

എല്ലാവരും പറഞ്ഞത് ശരിയാണ്. ചുരുക്കിപ്പറഞ്ഞാൽ, പ്രവൃത്തിക്കാൻ ഇടയാക്കുന്ന തീരുമാനങ്ങളെടുക്കുന്നതിനു കാരണമാകുന്നത് അനുഭവങ്ങളാണെന്നു സാരം. ഈ അനുഭവങ്ങളെയാണ് സ്ട്രോക്കുകളെന്നു പറയുക. ഇനിയും പറയുവാനേറെയുണ്ട്, അതുകൂടി പറയാം.

വികാരങ്ങളെ ഉണ്ടാക്കുന്ന സ്ട്രോക്കുൾ Glad, Sad, Mad, Scared എന്നിങ്ങനെ നാല് 'D' കളാൽ അറിയപ്പെടുന്നു. അവയിൽ ഒരെണ്ണം പോസിറ്റീവും ബാക്കി മൂന്നെണ്ണം നെഗറ്റീവുമാണ്.

(a) പോസിറ്റീവ് സ്ട്രോക്കുകൾ

സന്തോഷം, സംതൃപ്തി, സമാധാനം, പ്രത്യാശ, പ്രതീക്ഷ, ദയ എന്നീ വികാരങ്ങളെ ഉണർത്തുന്നവയാണു് പോസീറ്റീവ് സ്ട്രോക്കുകൾ (Glad strokes).

(b) നെഗറ്റീവ് സ്ട്രോക്കുകൾ

ദുഃഖം, കോപം, ഭയം (Sad, Mad, Scared) എന്നീ വികാരങ്ങളെ ഉണർത്തുന്നവയാണു് നെഗറ്റീവ് സ്ട്രോക്കുകൾ.

1) സങ്കടം, സഹതാപം, വിഷമം നിരാശ എന്നീ ദുഃഖ വികാരങ്ങളെ ഉണർത്തുന്നവ sad strokes.

2) വിദ്വേഷം, അരിശം, വെറുപ്പ് എന്നീ കോപവികാരങ്ങളെ ഉണർത്തുന്നവ mad strokes.

3) അസൂയ, അക്ഷമ, അപകർഷത, ഉത്കണ്ഠ, സങ്കോചം, പേടി, നാണം എന്നീ ഭയവികാരങ്ങളെ ഉണർത്തുന്നവ Scared strokes

ഇനിയും മറ്റുചില കാര്യങ്ങൾകൂടിയുണ്ട്. അവകൂടി ഓരോരുത്തരായി പറയൂ.

'കുഞ്ഞുപ്രായത്തിൽ തലച്ചോറിനു ലഭിക്കുന്ന സ്ട്രോക്കുകളാണ് ഭാവിയിൽ ഓരോരോ സന്ദർഭങ്ങളിലും എങ്ങനെയെല്ലാം പ്രതികരിക്കണമെന്നു തീരുമാനിക്കുന്നത്'

'തലച്ചോറിൽ സ്ട്രോക്കുകൾ മൂലം രേഖപ്പെടുത്തുന്ന തീരുമാനങ്ങളെ സ്ക്രിപ്റ്റ് എന്നു പറയുന്നു'

ഈ സ്ക്രിപ്റ്റുകളുടെ എൺപതു ശതമാനവും രൂപപ്പെടുന്നത് രണ്ടുവയസിനുള്ളിൽ ലഭിക്കുന്ന അനുഭവങ്ങളിൽനിന്നാണ്.

എല്ലാവരും കാര്യങ്ങൾ ഭംഗിയായി ഗ്രഹിച്ചിട്ടുണ്ട്. ഇവിടെ പറഞ്ഞുകേട്ട കാര്യങ്ങളെല്ലാംതന്നെ നിങ്ങളോരോരുത്തരുടെയും ഓർമ്മയിലുണ്ടാകണം. എങ്കിൽ മാത്രമേ ഇനിയും ഞാൻ പറയുന്ന കഥ നിങ്ങൾക്കാസ്വദിക്കാൻ കഴിയൂ.

നമ്മളെല്ലാവരും റോഡിലൂടെ കാൽനടയായും വാഹനങ്ങളിലും സഞ്ചരിക്കുന്നവരാണ്. അങ്ങനെ സഞ്ചരിക്കുമ്പോൾ മറ്റു വാഹനങ്ങളോടിക്കുന്നവരുമായോ കാൽനടക്കാരുമായോ ചില ഏറ്റുമുട്ടലുകളിലോ സംഭാഷണങ്ങളിലോ ചിലരെങ്കിലും ഏർപ്പെട്ടിട്ടുണ്ടാകാം. അവ പലപ്പോഴും അസുഖകരമായ ചില അനുഭവങ്ങളിലേക്ക് കൊണ്ടെത്തിച്ചിട്ടുമുണ്ടാകാം. അങ്ങനെയൊരു സംഭവം പറയാം.

ഇത് കഥയല്ല നേരിൽ കണ്ട അനുഭവമാണ്.

കാറിൽ നിന്നിറങ്ങിനിൽക്കുന്ന ഒരു സ്ത്രീ തന്റെ വാഹനത്തിനുപിന്നിൽ ബൈക്കുമായി നിൽക്കുന്ന പുരുഷനോട് വളരെ

പരുഷമായി സംസാരിക്കുന്നു. അയാൾ അതേ നാണയത്തിൽ തന്നെ മറുപടിയും കൊടുക്കുന്നു. കാര്യമിതാണ്, അവരുടെ കാറു ബ്രേക്കു ചെയ്തപ്പോൾ പിന്നാലെവന്ന ബൈക്ക് കാറിൽ തട്ടി, കാറിന്റെ പെയിന്റ് അല്പം ഇളകി. അതുകണ്ടിട്ടു കാറിന്റെ ഉടമ യായ സ്ത്രീക്ക് ദുഃഖവും കോപവുമുണ്ടാകുന്നു. പിന്നീടവിടെ എന്തായിരിക്കും നടന്നതെന്ന് ഊഹിക്കാമോ?

ചീത്തവിളികൾ ഉണ്ടായിക്കാണുമെന്നുറപ്പല്ലേ ടീച്ചർ?

എങ്കിൽ ആ ചീത്തവിളികൾ കടന്നുവരുമായിരുന്ന വഴികൾ ഒന്നു വിശദീകരിക്കാമോ?

പറയാം ടീച്ചർ

1) കാറിന്റെ പെയിന്റുപോയ കാര്യം പഞ്ചേന്ദ്രിയങ്ങളിലൊന്നായ കണ്ണിലൂടെയാണ് കാറിന്റെ ഉടമ കണ്ടറിയുന്നത്. അത് ഒരനുഭവമാണ്.
2) ഈ അനുഭവം ഉത്തേജനമുണ്ടാക്കി.
3) ഉത്തേജനം നെഗറ്റീവ് സസ്ട്രോക്കുകളായ ദുഃഖവും അരിശവും ഉണ്ടാക്കി.
4) അവ വികാരങ്ങളെ ഉണർത്തി ചിന്തിപ്പിച്ചു.
5) ചിന്തയിൽനിന്നു തീരുമാനങ്ങൾ ഉണ്ടായി.
6) തീരുമാനങ്ങൾ അനുസരിച്ചു പ്രവർത്തിച്ചു. ആ പ്രവർത്തനമാണ് ചീത്തവിളി.

ഫാർമസിസ്റ്റായ രക്ഷാകർത്താവ് ഇന്ദിരയുടെ വിശദീകരണത്തെ പ്രശംസിച്ചു കൊണ്ട് ടീച്ചർ വീണ്ടും

ശരി, എന്തുപറഞ്ഞായിരിക്കും ആ സ്ത്രീ പ്രതികരിച്ചിട്ടുണ്ടാവുക?

എന്താടോ കുറച്ചു കൂടി സൂക്ഷിച്ചു വണ്ടി ഓടിച്ചുകൂടെ എന്നോ മറ്റോ ചോദിച്ചിട്ടുണ്ടാകാം. എപ്പോഴും ശാന്തഭാവമുള്ള ഗീതയാണതു പറഞ്ഞത്.

അതെന്താ,അവരവിടെ വേദോപദേശക്ലാസ്സു നടത്തുകയായിരുന്നോ? ഇതുപോലൊന്നുമല്ല അന്നുഞാൻ വഴിയിൽ കണ്ടതും കേട്ടതും. നല്ലെരിവും പുളിയുമുള്ള തനി നാടൻ പൂരപ്പാട്ടുകളായിരുന്നു. അതിലെ മസാലകൾ ഒഴിവാക്കിയിട്ട് ഞാനിവിടെ പറയാം.

'എന്താടാ തെണ്ടീ, വണ്ടി കാണാതിരിക്കാനെന്താ നിന്റെ കണ്ണിൽ കുരുവായിരുന്നോ?'

'അങ്ങനെ പറഞ്ഞപ്പോൾ അവർക്കൊരാശ്വാസം കിട്ടിക്കാണും' എന്നു ഗീത വീണ്ടും.

അതെ, അങ്ങനെ കിട്ടുന്ന ആശ്വാസമാണ് പോസിറ്റീവ് സ്ട്രോക്ക്. ചീത്തവിളികേട്ട ബൈക്കുകാരൻ പിന്നെ അടങ്ങിയിരിക്കുമോ?

അതുകേട്ടു മുൻനിരയിലിരുന്ന രക്ഷകർത്താവ് സുരേഷ്:

'അന്നു ഞാനും ആ രംഗത്തിനു ദൃക്സാക്ഷിയായിരുന്നു ടീച്ചറെ'

എങ്കിൽ പറയൂ സുരേഷ്, ആ ബൈക്കുകാരൻ അപ്പോഴെന്താണു പറഞ്ഞത്. അവിടെ കേട്ടതൊന്നും അപ്പാടെ പറയല്ലേ.

ടീച്ചറുടെ മുഖത്തു നോക്കിക്കൊണ്ടു സുരേഷ്: 'തെണ്ടി നിന്റെ മറ്റോനാടീ, നീയെന്തിനാടീ പോത്തേ സഡൻബ്രേക്കിട്ടത്'

ഈചോദ്യം എന്നോടല്ലല്ലോയെന്നു ടീച്ചർ തിരിച്ചു ചോദിക്കുമ്പോൾ ചിരിയുടെ മാലപ്പടക്കത്തിനു തീ പിടിച്ചു. ടീച്ചർ വീണ്ടും കഥയിലേക്കു കടന്നു. കാറിന്റെ പെയിന്റ് പോയ ദുഃഖം, പോത്തെന്ന വിളി കേൾക്കേണ്ടിവന്നതിലുള്ള ദേഷ്യം എല്ലാം കൂടിയായപ്പോൾ അവർക്കു വാശിയായി.

ങ്ഹാ, അവനെ അങ്ങനെ വിട്ടാൽ പറ്റില്ലല്ലോ

'നീ പോടാ പട്ടീ, പോത്തു നിന്റെപ്പൻ'

സംഗതി ആകെ പുകിലായി. പിന്നീട് അവിടെനടന്നത്, വാക്കുകൾ കൊണ്ടുള്ള വസ്ത്രാക്ഷേപമാണ്. മലയാളഭാഷയിലെ തെറികൾക്കെരിവു പോരാഞ്ഞിട്ടോ എന്തോ പ്രയോഗം ആംഗലേയത്തിലേക്കു കുടിയേറി. പിന്നീടുണ്ടായതെല്ലാം നിങ്ങൾ ഊഹിച്ചുകൊണ്ടാൽ മതി. ഇത്രയും കേട്ടതിൽ നിന്നും നിങ്ങൾക്കെന്താണു മനസ്സിലായത്?

'നെഗറ്റീവ് സ്ട്രോക്കു കിട്ടിയാൽ ഒട്ടും താമസിക്കരുത്, അതേ നാണയത്തിൽ തന്നെ തിരിച്ചു കൊടുക്കണം' എന്നൊരാളിന്റെ മറുപടിയിൽ ക്ലാസ്സിൽ കൂട്ടച്ചിരി.

അങ്ങനെ നെഗറ്റീവ് സ്ട്രോക്കു കൊടുത്താൽ കൊടുക്കുന്നയാൾക്കുള്ള നേട്ടമെന്താണ്?

താൻ ജയിച്ചു എന്നുള്ള തോന്നൽ, പിന്നെ അതേത്തുടർന്നുള്ള സന്തോഷവും ഇതൊക്കെയാണുനേട്ടം.

പക്ഷേ, ചീത്തവിളി കേട്ടയാളിന്റെ ഉള്ളിൽ നെഗറ്റീവ് സ്ട്രോക്കു

കേറിയോ, അയാൾക്കു വിഷമമുണ്ടായോ എന്നൊന്നും ചീത്തവിളിക്കുന്ന ആൾ തിരക്കാറില്ല, അയാൾക്കതറിയേണ്ട ആവശ്യവുമില്ല. ഇങ്ങനെയൊക്കെത്തന്നെയല്ലേ നമ്മളെല്ലാവരും?

ആരും നെഗറ്റീവ് സ്ട്രോക്ക് ആഗ്രഹിക്കുന്നില്ല, എല്ലവർക്കും പോസിറ്റീവ് മതി. സംഗീതാലാപനം, ചിത്രരചന, പ്രതിമ നിർമ്മാണം തുടങ്ങിയ പ്രവൃത്തികൾ ചെയ്യുന്നവർക്കുമാത്രമല്ല, മോഷണം, മദ്യപാനം എന്നിവ ചെയ്യുന്നവർക്കു പോലും ആ പ്രവൃത്തിയിൽ നിന്നും കിട്ടുന്നത് ഏതെങ്കിലും തരത്തിലുള്ള പോസിറ്റീവ് സ്ട്രോക്കുകളാണ്. എല്ലാവരും പ്രവർത്തിക്കുന്നത് പോസിറ്റീവ് സ്ട്രോക്കിനു വേണ്ടിയാണ്. കഴിഞ്ഞൊരു ക്ലാസ്സിൽ പറഞ്ഞ കഥയിലെ തടവുപുള്ളി കോപാകുലനായി സന്ന്യാസിനിയോടു സംസാരിച്ചതും ഇപ്പോൾ കാറുകാരിയും ബൈക്കുകാരനും തമ്മിൽ പരസ്പരം ചീത്തവിളിച്ചതുമെല്ലാം അവർക്കു പോസിറ്റീവ് സ്ട്രോക്ക് അഥവാ സന്തോഷം ലഭിക്കാൻ വേണ്ടിയായിരുന്നു. ക്ലാസ്സ് അവസാനിക്കുന്നതിനു മുമ്പായി, ഇന്നു നാം മനസ്സിലാക്കിയ കാര്യങ്ങളുടെ സംക്ഷിപ്ത രൂപം പറയാം.

1) ആർക്കും നെഗറ്റീവ് സ്ട്രോക്കു വേണ്ടാ, പോസിറ്റീവ് മാത്രം മതി.

2) മറ്റുള്ളവർക്ക് വേണ്ടാത്തത് അവർക്കു കൊടുക്കാൻ നമ്മൾ ശ്രമിക്കരുത്. അങ്ങനെ ശ്രമിച്ചാൽ അഹിതസംഭാഷണങ്ങൾ ഉറപ്പാണ്.

3) അഹിതസംഭാഷണങ്ങൾ ആശയവിനിമയത്തെ പരാജയപ്പെടുത്തും.

നെഗറ്റീവ് സ്ട്രോക്കുകൾ ഉണ്ടാക്കുന്ന പൊല്ലാപ്പുകൾ

ഒരനുഭവം പറഞ്ഞു കൊണ്ട് ഇന്നു തുടങ്ങാം. ഒരിക്കലൊരു വൈകിയ വേളയിൽ എന്റെ അച്ഛൻ സൈക്കിളിൽ നിന്നു വീണു. കണ്ടുനിന്നവർ ഉടൻതന്നെ അല്പം അകലെയുള്ള ആശുപത്രിയിലേക്കു അച്ഛനെ കൊണ്ടുപോയി. വിവരം അറിഞ്ഞയുടൻ ഞാൻ ആശുപത്രിയിൽ എത്തി. അപ്പോഴേക്കും സമയം സന്ധ്യ കഴിഞ്ഞിരുന്നു. കാഷ്വാലിറ്റിയിൽ യൂണിഫോം ധരിച്ചുനിന്ന ആളിനോട് ഞാൻ കാര്യങ്ങൾ തിരക്കി.

പേഷ്യന്റിനെ തിയേറ്ററിലേക്കു കൊണ്ടുപോയിരിക്കുകയാണ്, നിങ്ങൾ പേഷ്യന്റിന്റെ ആരാ? അദ്ദേഹം ചോദിച്ചു. മകളാണെന്നു പറഞ്ഞ എന്നോട് യാതൊരു മയവുമില്ലാതെ അപ്പോഴയാൾ പറഞ്ഞതു കേട്ടാൽ ആരായാലും തളർന്നുപോകും.

'അതേ... മകളറിയാൻ വേണ്ടിയാണു പറയുന്നത്. വാരിയെല്ലിന്റെ ഭാഗത്തെ മുറിവു കണ്ടിട്ട് റിബ്സ് ഒടിഞ്ഞിട്ടുണ്ടെന്നു തോന്നുന്നു. എക്സ്റേ എടുക്കാൻ കൊണ്ടുപോയിട്ടുണ്ട്. റിബ്സ് ഒടിഞ്ഞിട്ടുണ്ടെങ്കിൽ അതു ലങ്സിൽ കയറി മുറിവുണ്ടാകാൻ സാദ്ധ്യതയുണ്ട്. അങ്ങനെ വന്നാൽ സംഗതി ഗുരുതരമാണ്. എന്തും സംഭവിക്കാം. അതുകൊണ്ട് ഈ രാത്രിയിൽ ആരെങ്കിലും ആണുങ്ങൾ രണ്ടുപേരിവിടെ വേണം. മെഡിക്കൽ കോളേജിലേക്ക് കൊണ്ടുപോകേണ്ടി വന്നാലോ'.

അത്രയും കേട്ടപ്പോഴേക്കും ശരീരം വിറച്ചു തുടങ്ങി. പിന്നീടയാൾ പറഞ്ഞതൊന്നും ഞാൻ കേട്ടില്ല. നേരം കുറേക്കൂടി ഇരുട്ടി. അച്ഛനെ ആശുപത്രിയിലെത്തിച്ചവർ എന്നെ കണ്ടതോടെ തിരിച്ചുപോയി. ബന്ധുക്കളെ ഫോൺചെയ്തു വിവരം അറിയിക്കാൻ ശ്രമിച്ചെങ്കിലും വെപ്രാളംകൊണ്ട് അതിനുകഴിഞ്ഞില്ല. അടുത്തു

കണ്ട ബഞ്ചിലേക്ക് ഞാൻ തളർന്നിരുന്നു. ഭയംകൊണ്ട് വിറച്ചു തുടങ്ങിയ ഞാൻ മെല്ലെ വിയർക്കാനും തുടങ്ങി. സമയം നീളു കയാണ്. ബന്ധുക്കളെ ഫോണിൽ ബന്ധപ്പെടാൻ വീണ്ടുമൊരു ശ്രമം നടത്തുന്നതിനിടയിൽ അകത്തുനിന്നും പ്രായമായ ഒരു ഡോക്ടർ കൂടെയൊരു നഴ്സുമായി ഇറങ്ങിവന്നു. അച്ഛന്റെ പേരു വിളിച്ചിട്ട് ആരാ കൂടെവന്നതെന്നു നേഴ്സ് ചോദിച്ചു. ഞാൻ അല്പം മുന്നോട്ടു നീങ്ങിനിന്നു. മകളാണോ എന്നു ചോദിച്ചുകൊണ്ട് ഡോക്ടർ അടുത്തേക്കു വന്നു. 'ഏയ് പേടിക്കാനൊന്നുമില്ല'.

എനിക്കെന്റെ ശ്വാസം നേരേവീണു.

'സമയം കളയാതെ കൊണ്ടുവന്നതുനന്നായി. കൈക്കുഴ തെറ്റി യതു ശരിയാക്കിയിട്ടുണ്ട്. കുറച്ചു ദിവസത്തേക്ക് ഒരു സ്ലിങ്ങിടണം. കൈ അനക്കാതിരിക്കാൻ പറയണം. മുറിവ് ആഴത്തിലുള്ളതല്ല. എക്സ്റേ കണ്ടു , അതിൽ യാതൊരു കുഴപ്പവുമില്ല. മുറിവുണ്ടായ തല്ലേ സയബറ്റിക് ആണോ എന്നറിയാൻ ബ്ലഡ് ടെസ്റ്റു നടത്തി, അതും നോർമലാണ്. ഒന്നുകൊണ്ടും വിഷമിക്കേണ്ടാ. വീഴ്ചയിൽ അച്ഛനൽപം പേടിച്ചതുപോലെ തോന്നുന്നുണ്ട്. അതു സ്വാഭാവികം. നിങ്ങളെ കാണുമ്പോൾ അതു മാറും. അകത്തോട്ടു ചെന്നാട്ടെ. ഏതായാലും ഇന്നിവിടെ റെസ്റ്റെടുക്കാൻ പറഞ്ഞിട്ടുണ്ട് '

സൗമ്യമായി അതിലേറെ സ്നേഹത്തോടെയുള്ള ആശ്വാസ വാക്കുകൾ കേട്ടിട്ട് ശരിയെന്നു ഞാൻ സമ്മതിച്ചത് ഒരു ദീർഘ ശ്വാസം വിട്ടുകൊണ്ടായിരുന്നു. കാഷ്വാലിറ്റിയിൽ വച്ച് എന്നോട് ആദ്യം സംസാരിച്ച ആൾ ഡോക്ടറല്ല മറ്റേതോ സ്റ്റാഫാണെന്ന് എനിക്കപ്പോഴാണു മനസ്സിലായത്. അയാൾ എന്നിലേക്ക് കടത്തി വിട്ടതു ഭയമെന്ന നെഗറ്റീവ് സ്ട്രോക്കു മാത്രമായിരുന്നു. അതേ സമയം ഡോക്ടർ എനിക്കു നൽകിയത് ആശ്വാസവും സമാ ധാനവും നൽകുന്ന പോസിറ്റീവ് സ്ട്രോക്കുകളായിരുന്നു. ഈ സംഭവത്തിൽ നിന്നും നമ്മളെന്തു മനസിലാക്കണം?

'മുറിവൈദ്യൻ ആളെ കൊല്ലും ടീച്ചറേ'. ക്ലാസ്സിലെപ്പോഴും രസ ഗുണ്ടുകൾ പൊട്ടിക്കുന്ന നാരായണന്റെ വക കമന്റ്.

ഒരേ സംഭവംതന്നെ വിവരിക്കുന്നതിലെ വ്യത്യാസംകൊണ്ട് കേൾവിക്കാരിൽ പോസിറ്റീവോ നെഗറ്റീവോ ആയ സ്ട്രോക്കുകൾ ഉണ്ടാക്കാൻ കഴിയും. സ്ട്രോക്കുകളുടെ ഈ വേഷപ്പകർച്ചക്കു കാരണം സംഭാഷണങ്ങളിലെ പ്രത്യേകതകളാണ്.

അതുകൊണ്ട് നമ്മളെന്തു ചെയ്യണം?

ആർക്കു പറയാം?

ഞാൻ പറയാം. കല്യാണിയാണ് ഇക്കുറി കൈയ്യുയർത്തിയത്.

നമ്മൾ ആരോടാണോ ആശയവിനിമയം നടത്തുന്നത് അവർക്ക് നമ്മുടെ സംസാരമോ പ്രവൃത്തിയോമൂലം നെഗറ്റീവ് സ്ട്രോക്ക് ലഭിക്കാനുള്ള സാഹചര്യമുണ്ടാക്കരുത്. ആശുപത്രിയിൽവച്ച് ടീച്ചറെ പേടിപ്പിച്ച ആ വിദ്വാനെ ഒന്നു കണ്ടിരുന്നെങ്കിൽ രണ്ടു നല്ല വർത്തമാനം പറയാമായിരുന്നു.

സാരമില്ല ചിലരങ്ങനെയാണ്. അവർ മക്കൾക്കുപോലും നെഗറ്റീവ് സ്ട്രോക്കു കൊടുക്കുന്നവരാണ്. അങ്ങനെയുള്ള അമ്മമാരെ ആരെങ്കിലും കണ്ടിട്ടുണ്ടോ? ഇല്ലെങ്കിൽ ഏതാനും ക്ലാസ്സുകൾ കൂടി കഴിഞ്ഞ് അങ്ങനെയുള്ള രണ്ടുപേരെ ഇവിടെ കൊണ്ടുവരുന്നതാണ്.

കുറ്റം എന്തെന്നറിയാതെ അടികൊള്ളുന്ന കുട്ടികൾ

ഒരാൾ തെറ്റു ചെയ്തു എന്നു തെളിഞ്ഞതിന്റെ പേരിലാണ് ശിക്ഷ ഏറ്റുവാങ്ങുന്നതെങ്കിൽപ്പോലും ചെയ്ത കുറ്റം എന്താണെന്നറിയാൻ മുതിർന്നവരേപ്പോലെ കുഞ്ഞുങ്ങൾക്കും അവകാശമുണ്ട്. ഈ അവകാശം ലഭിക്കാത്ത കുഞ്ഞുങ്ങൾ തെറ്റുകളിൽ നിന്നു തെറ്റുകളിലേക്ക് നീങ്ങിക്കൊണ്ടിരിക്കും

ഞാനുൾപ്പടെ ഇന്നിവിടെ ഇരിക്കുന്നവർ എല്ലാവരും കുടുംബജീവിതം നയിക്കുന്നവരാണ്. എന്നാൽ ദാമ്പത്യജീവിതത്തിൽ ഏർപ്പെടാതെ തന്നെ ജീവിതം ജീവിച്ചുതീർക്കുന്നവരും ഉണ്ട്.

അങ്ങനെയുള്ള ചിലരുടെ കഥകൾ എന്റെ സുഹൃത്തായ ഒരു ഡോക്ടർ ഒരിക്കൽ എന്നോട് പറയുകയുണ്ടായി. അതിൽനിന്നുള്ള ഒരു കഥയാണ് ഇന്നിവിടെ പറയുന്നത്. ഒരു പാവം വാവച്ചന്റെ കഥ. ഒരിക്കൽ വാവച്ചനെ ചിലർ ചേർന്ന് ഈ ഡോക്ടറുടെ ക്ലിനിക്കിൽ എത്തിച്ചു. അവിടെ എന്താണ് നടന്നതെന്നറിയേണ്ടേ?

ഡോക്ടർ പറഞ്ഞ കഥ

പരിശോധനമുറിയിൽ കണ്ണടച്ച് മലർന്നുകിടക്കുന്ന വാവച്ചനോട് ഡോക്ടർ എന്തൊക്കെയോ ചോദിക്കുന്നുണ്ട്. അതിനു മറുപടിയായി പാതിമയക്കത്തിലെന്നപോലെ അയാൾ എന്തോ പതിയെ സംസാരിക്കുന്നുണ്ട്. നമുക്ക് അവിടേക്കൊന്നു ചെവി കൊടുക്കാം.

'രണ്ടാം ക്ലാസ്സിൽ പഠിക്കുന്ന കാലത്ത് ഒരു ദിവസം കൂട്ടുകാരൊത്ത് ഞാൻ കളിക്കുകയായിരുന്നു. അന്ന് വീട്ടിൽ തീരെ നീളം കുറഞ്ഞൊരു ബെഞ്ചുണ്ടായിരുന്നു. ബെഞ്ചിന്റെ ഒരറ്റം തറയിൽ കുത്തി മറ്റേയറ്റം ഭിത്തിയിൽചാരി ചരിച്ചുവയ്ക്കും. എന്നിട്ട് ചാരി

ചരിച്ചുവച്ചിരിക്കുന്ന ബഞ്ചിന്റെ മുകളറ്റത്ത് എത്തിപ്പിടിച്ചു കൊണ്ട് ബെഞ്ചിലേക്ക് ഞാൻ വലിഞ്ഞു കയറും. പിന്നീട് കൈവിട്ട് താഴേക്കു നിരങ്ങി ഇറങ്ങും, വീണ്ടും കയറും, നിരങ്ങി ഇറങ്ങും. ഇതായിരുന്നു കളി. ഓച്ചിറക്കാള പശുവിന്റെ പുറത്തു കയറുകയാണെന്നു കൂട്ടുകാരോടുപറഞ്ഞുകൊണ്ടായിരുന്നു ഓരോ പ്രാവശ്യവും ബഞ്ചിൻമേൽ വലിഞ്ഞു കയറിയിട്ട് താഴേക്ക് നിരങ്ങിയിറങ്ങിയിരുന്നത്.

അങ്ങനെ വലിഞ്ഞുകയറുന്നതിനിടയിലാണ് മുതുകിൽ ഒരു അടി വന്നുവീണത്. പുളഞ്ഞു പോയി ഞാൻ, ഒപ്പം ബെഞ്ചിൽ നിന്നും പിടിവിട്ട് താഴേക്ക് ഊർന്നു വീണു. മലർന്നുവീണ ഞാൻ നോക്കുമ്പോൾ മുന്നിൽ അമ്മ, കയ്യിൽ എന്നെക്കാൾ വലിയ ഒരു വടി. ഒന്നെഴുന്നേൽക്കാൻ പോലും ഇടംതരാതെ അവിടെയിട്ട് അമ്മ എന്നെ തല്ലിച്ചതച്ചു. ഓരോ പ്രാവശ്യം അടിക്കുമ്പോഴും നിനക്ക് കല്യാണം കഴിക്കണോടാ എന്നൊരു ചോദ്യംകൂടി ഉണ്ടായിരുന്നു. എനിക്കൊന്നും മനസ്സിലായില്ല ഏതെങ്കിലും കാര്യത്തിന് അമ്മ അടിക്കുമ്പോൾ ഇല്ല എന്ന് ഞാൻ ആവർത്തിച്ചു പറഞ്ഞാൽ അമ്മ അടി നിർത്തുകയാണ് പതിവ്. പക്ഷേ, അന്ന് അടികൊണ്ടു പുളയുമ്പോൾ ഇല്ലേയില്ലേയെന്ന് പലവട്ടം പറഞ്ഞിട്ടും കലി ബാധിച്ചതുപോലെ അമ്മയെന്നെ അടിച്ചുകൊണ്ടേയിരുന്നു. മൊട്ടേന്നു വിരിഞ്ഞില്ല അപ്പോഴേക്കും അവന് ഓച്ചിറക്കാളയാകണം എന്നു പറഞ്ഞുകൊണ്ടുള്ള ഒരടി എന്റെ തോളിലാണ് വന്നു വീണത്. അതോടുകൂടി വടി ഒടിഞ്ഞു.'

വാവച്ചൻ പറയുന്ന കഥ കേട്ടുകൊണ്ടിരുന്ന, മൂന്നു മക്കളുടെ അമ്മയായ, ബിന്ദു ക്ലാസിലിരുന്ന് അറിയാതെ പറഞ്ഞുപോയി, 'അയ്യോ പാവം, ആ കുട്ടി എത്ര സഹിച്ചുകാണും'

അതുകേട്ട ടീച്ചർ എല്ലാവരോടുമായി ചോദിച്ചു 'വാവച്ചൻ പറഞ്ഞതെല്ലാവരും കേട്ടല്ലോ, വാവച്ചനെ ഡോക്ടറുടെ അടുത്തെത്തിച്ചവർ പുറത്തിരിക്കുന്നുണ്ട്. അവരെ അകത്തേക്കു വിളിക്കാനായി ആളയച്ചിട്ടുണ്ട്. അവർ വരുന്നതുവരെ നമുക്കൊരു ഇടവേള. അതിനിടയിൽ നിങ്ങൾ ഈ കഥയൊന്നു വിശകലനം ചെയ്യുക .

ഓച്ചിറക്കാളയുടെ എഴുന്നള്ളത്ത്

വാവച്ചനെ ക്ലിനിക്കിൽ കൊണ്ടുവന്നവർ ഡോക്ടറുടെ മുറിയിലേക്കു കയറിയപ്പോൾ അവിടെ നടന്ന സംസാരം എന്തായിരുന്നു എന്നറിയേണ്ടേ?

ആകാംക്ഷയോടെ നാരായണനും ഗോപാലനും ഒരേ സ്വരത്തിൽ പറഞ്ഞു 'അറിയണം'

എങ്കിൽ കേട്ടോളൂ.

'വാവച്ചനെ കൊണ്ടുവന്നവരല്ലേ എല്ലാവരും ഇരിക്കൂ. നിങ്ങൾക്കാർക്കെങ്കിലും ഓച്ചിറക്കാളയെപ്പറ്റി എന്തെങ്കിലും അറിയാമോ?'

ഡോക്ടർ അവരോടു ചോദിച്ചു. അല്പസമയത്തേക്ക് ആരുമൊന്നും മിണ്ടിയില്ല. ചിലർ അത്ഭുതത്തോടെ കണ്ണു മിഴിക്കുന്നു.

'പശുവിന്റെ മേലേ കയറുന്ന ഓച്ചിറക്കാളയെപ്പറ്റിയാണു വാവച്ചൻ എന്നോടു പറഞ്ഞത്, ഞാനതിനേപ്പറ്റിയാണു നിങ്ങളോടു ചോദിക്കുന്നത്'

ഡോക്ടർ കുറച്ചുകൂടി വ്യക്തമാക്കി.

അവരുടെ കൂട്ടത്തിൽ വളരെയേറെ പ്രായമുള്ള ഒരാൾ എന്തോ ഓർത്തെടുത്തതുപോലെ പറഞ്ഞുതുടങ്ങി.

'ഞാനോർക്കുന്നു ഡോക്ടറേ..'

ഞങ്ങളുടെ നാട്ടിൽ വളരെപ്പണ്ടുമുതൽ നടന്നുവന്നിരുന്ന ഒരു കാര്യമാണ്, പശു പ്രസവിക്കുമ്പോൾ കാളക്കിടാവാണെങ്കിൽ അതിനെ ഓച്ചിറ പരദേവർക്കു സമർപ്പിക്കുക എന്നത്. ഇങ്ങനെ ഓച്ചിറയിൽ വന്നുചേരുന്ന കാളക്കുട്ടന്മാരെ വളർത്തുന്നതിനായി അക്കാലത്ത് ചിലയാളുകളെ ഏൽപ്പിക്കാറുണ്ടായിരുന്നു. അതിന്റെ നടപടി ക്രമങ്ങളൊന്നും എനിക്കറിയില്ല. അവയിൽ ചിലതെല്ലാം

വളർന്നുവരുമ്പോൾ അസാധാരണമായ വലിപ്പവും ഭംഗിയും ഉള്ളവയായിരിക്കും. അവയ്ക്ക് വലിപ്പമേറിയ പൂഞ്ഞുകുറ്റിയും നീണ്ട വാലും ഭംഗിയുള്ള കൊമ്പുകളും ഉണ്ടായിരിക്കും. വളർത്താൻ ഏറ്റവർ ഈ കാളകളെ നെറ്റിപ്പട്ടം ചാർത്തി, അലങ്കാര പ്പുതപ്പു ചൂടിച്ച്, കഴുത്തിൽ ധാരാളം മണികൾ കെട്ടിത്തൂക്കി, കൊമ്പുകളിൽ പിച്ചളക്കൂമ്പുകളും അണിയിച്ച് വീടുകൾ തോറും കൊണ്ടുവരും.

ഓച്ചിറ പരദേവരുടെ പ്രതിപുരുഷനാണ് കാള എന്നത്രേ സങ്കല്പം. ഈ സങ്കൽപ്പത്തെ മുതലെടുത്തുകൊണ്ട് ഭംഗിയും വലിപ്പവുമുള്ള സ്വന്തം കാളകളുമായി ചിലർ അക്കാലങ്ങളിൽ വീടുകൾ സന്ദർശിക്കുമായിരുന്നു എന്നും കേട്ടിട്ടുണ്ട്. വീട്ടമ്മമാർ ഭക്തിപുരസരം അരിയും നെല്ലും പണവുംമറ്റും നൽകാറുണ്ട്. ചിലപ്പോൾ വീടുകളിൽനിന്നും കഞ്ഞിയോ കാടിയോ പോലുള്ള ആഹാരങ്ങൾ കാളയ്ക്കും കിട്ടും. എന്നാൽ നാട്ടിൽ കൊണ്ടുനടന്നു ഭിക്ഷയെടുത്ത് ഉപജീവനം നടത്താനായി ഓച്ചിറയിൽനിന്നും ഇപ്പോഴാരും കാളകളെ ഏറ്റെടുക്കാറില്ലെന്നാണറിയുന്നത് ധാരാളമായി നടയ്ക്കിരുത്തപ്പെടുന്ന കാളകളെ മുഴുവൻ പരിപാലിച്ചു വളർത്തുവാനുള്ള അസൗകര്യം കാരണം ഇപ്പോൾ അവയെ ലേലംചെയ്തു കൊടുക്കുകയാണു പതിവെന്നറിയുന്നു.

അക്കാലത്ത് ഞങ്ങളുടെ നാട്ടിൽ കൃത്രിമ ബീജസങ്കലനമൊന്നും ഇല്ലായിരുന്നു. അന്ന് ഈ ആവശ്യത്തിനായി ചില വീടുകളിൽ വിത്തുകാളകളേയും മുട്ടനാടിനേയും വളർത്തിയിരുന്നു. മുട്ടയുൾപ്പടെയുള്ള പോഷകാഹാരങ്ങൾ കൊടുത്ത് അരുമയോടെ വളർത്തിയിരുന്ന ഈ മൃഗങ്ങൾ ആ വീടുകൾക്കൊരു വരുമാനമാർഗ്ഗമായിരുന്നു. കാളയുമായി വീടുകൾ സന്ദർശിക്കുന്നവരിൽ ചിലർ, ഇതേ ആവശ്യത്തിനായി തങ്ങളുടെ സുന്ദരൻമാരായ കാളക്കൂറ്റന്മാരെ ഉപയോഗിച്ചിരുന്നതായും അറിയാം. വല്ലപ്പോഴുമായിരുന്നെങ്കിൽപോലും ഈ കലാപരിപാടി നടക്കുന്നത് പരസ്യമായിട്ടായതിനാൽ ഇതിനേപ്പറ്റി നാട്ടിലെല്ലാവർക്കുമറിയാം'.

കഥയിത്രയുമായപ്പോൾ ക്ലാസ്സിൽ സ്ത്രീകളുടെ ഭാഗത്തുനിന്നൊരാൾ ആത്മഗതം ചെയ്തു.

'അപ്പോഴതാണു കാരണം'

പക്ഷേ, ആത്മഗതം അല്പം ഉച്ചത്തിലായിപ്പോയി. എല്ലാവരും ശബ്ദംകേട്ട ഭാഗത്തേക്കു നോക്കിയപ്പോൾ ടീച്ചർ ചോദിച്ചു:

'എന്താണവിടെ?'

നാട്ടിലെ ചില ആണുങ്ങൾക്ക് ഓച്ചിറക്കാളയെന്ന വട്ടപ്പേരു വീണതിന്റെ രസം ഓർത്തുപോയതാണേ. സ്ത്രീകളുടെ ഭാഗത്തു നിന്നുണ്ടായ ആ പരാമർശം ക്ലാസ്സിൽ തലങ്ങും വിലങ്ങും ചിരിയുടെ സുനാമി വീശാൻ ഇടയാക്കി. അല്പനേരത്തേക്ക് ടീച്ചറും അതിലലിഞ്ഞു.

ചിരിയൊന്നടങ്ങിയപ്പോൾ ടീച്ചർ വീണ്ടും തുടർന്നു. എന്തിനാണവർ വാവച്ചനെ താങ്കളുടെ ക്ലിനിക്കിലേക്കു കൊണ്ടുവന്നതെന്നു അന്നു ഞാൻ ഡോക്ടറോടു ചോദിച്ചിരുന്നു. അപ്പോൾ അദ്ദേഹം വാവച്ചന്റെ കഥയുടെ ബാക്കിഭാഗത്തേക്ക് എന്നെ കൂട്ടിക്കൊണ്ടുപോയി.

'വാവച്ചന് വയസ്സ് നാൽപ്പത്തിയൊൻപതായി, അവിവാഹിതൻ, അയാളുടെ അമ്മക്ക് എഴുപതും. വീട്ടിൽ വേറെ ആരുമില്ല. ഏറെ നാളായി അമ്മയും ബന്ധുക്കളും വിവാഹാലോചനകൾ കൊണ്ടുവരുന്നുണ്ട്. എന്നാൽ അവയോടൊന്നും അയാൾക്കു തീരെ താൽപ്പര്യമില്ല. വീട്ടിൽ തനിക്കു സഹായത്തിനൊരു പെണ്ണു വേണമെന്നുള്ള അമ്മയുടെ ആഗ്രഹം മാത്രമാണ് ഈ കല്ല്യാണാലോചനകൾക്കു പിന്നിലുള്ള ഒരേയൊരു കാരണം. കാലം കഴിയുംതോറും സമ്മർദ്ദങ്ങൾ ഏറിവന്നപ്പോൾ അയാൾ അമ്മയോടു മിണ്ടാതായി. ആലോചനയുമായി വരുന്നവരെ തല്ലുന്ന ഘട്ടം വരെയെത്തി. അങ്ങനെയാണ് വാവച്ചനെ ചില ബന്ധുക്കൾ എന്റെ മുന്നിലെത്തിച്ചത്.

ഡോക്ടർ പറഞ്ഞ കഥയും അതിനുള്ളിലെ കഥയും ഇവിടെ തീരുന്നു. ഇനിയും ചോദ്യം അച്ഛനമ്മമാരായ നിങ്ങളോടാണ്.

വാവച്ചൻ എന്തിനാണ് അമ്മയെ വെറുത്തത്? എന്തിനാണ് മറ്റുള്ളവരെ തല്ലാൻ ശ്രമിച്ചത്?

'തല്ലുകയല്ല ആ തള്ളയെ കൊല്ലണം ടീച്ചറെ'

അതു പറഞ്ഞത് രണ്ടു കുട്ടികളുടെ പിതാവായ നാരായണനാണ്. നാരായണേട്ടന് ഇതുപോലുള്ള എന്തെങ്കിലും അനുഭവം ഉണ്ടായിക്കാണുമെന്നു കരുതുന്നു.

ഇതുപോലല്ലെങ്കിലും കടുത്ത ശിക്ഷ കിട്ടിയിട്ടുണ്ട്.

അതൊന്നു പറയാമോ?

അതേപ്പറ്റി അടുത്ത ക്ലാസ്സിൽ പറയാം ടീച്ചറേ.

എങ്കിൽ നമുക്കിനിയും അടുത്ത ക്ലാസ്സിൽ കാണാം.

നന്ദിയുള്ള നായ്

ശോഭടീച്ചറുടെ സ്ഥാനത്തു വന്നുനിന്നുകൊണ്ട് നാരായണൻ കഥ പറഞ്ഞുതുടങ്ങി.

'ചെറുപ്പകാലത്ത് അവധി ദിവസങ്ങളിൽ അടുത്തുള്ള സ്കൂൾ ഗ്രൗണ്ടിൽ ഞാൻ കളിക്കാൻ പോകുമായിരുന്നു. പലപ്പോഴും ഉച്ചയൂണുപോലും മറന്നുള്ള കളിയാണ്. അതിന്റെ പേരിൽ ഒട്ടേറെ തല്ലും കിട്ടിയിട്ടുണ്ട്. പക്ഷേ, തല്ലുവാങ്ങലും കളിയും തുടർന്നുകൊണ്ടേയിരുന്നു.

അച്ഛൻ എയർഫോഴ്സിൽ ആയിരുന്നു. വർഷത്തിൽ ഒന്നോ രണ്ടോ മാസമേ വീട്ടിൽ കാണൂ. അതിനാൽ തല്ലിന്റെ വകുപ്പുൾപ്പടെയുള്ള ആഭ്യന്തരം മുഴുവനും അമ്മക്കായിരുന്നു. മൂന്നാം ക്ലാസ്സിൽ പഠിക്കുന്ന കാലത്ത് ഒരു ഞായറാഴ്ച രാവിലെ കളിക്കാൻ പോകുന്നതിനെപ്പറ്റി ആലോചിക്കുകയായിരുന്നു.

പതിവുപോലെ കളിക്കാൻ പോയിട്ട് സമയത്തുണ്ണാൻ വരാതിരുന്ന വകയിൽ തലേ ദിവസം കിട്ടിയ അടിയുടെ വേദനയെല്ലാം അപ്പോഴേക്കും ഞാൻ മറന്നിരുന്നു. കാപ്പികുടി കഴിഞ്ഞ ഞാൻ സൂത്രത്തിൽ അവിടെനിന്നും മുങ്ങാനുള്ള ശ്രമത്തിലാണെന്ന് അമ്മയ്ക്കു മനസ്സിലായി. ദിവസവും എന്നെ തല്ലിത്തല്ലി കൈ കുഴഞ്ഞതുകൊണ്ടായിരിക്കും അമ്മയതിനൊരു പരിഹാരം കണ്ടു. സൂത്രത്തിൽ എന്നെ വരാന്തയിലെ ഒരു തൂണിനടുത്തെത്തിച്ചിട്ട് അതിൽ കെട്ടിയിട്ടു. എന്നിട്ടൊരു പ്രഖ്യാപനം നിന്റെ ഈ കളിയും കാളികൂളി കൂട്ടു കെട്ടും ഇന്നുഞാനവസാനിപ്പിക്കും. അമ്മയുടെ വിചാരം കളിക്കുന്നവരെല്ലാം ചീത്തക്കുട്ടികളാണെന്നാണ്. ഉച്ചയായിട്ടും എന്നെ അഴിച്ചുവിടുന്ന ലക്ഷണമൊന്നുമില്ല. സമയം പിന്നെയും നീണ്ടു. അപ്പോൾ അടുത്ത പ്രഖ്യാപനവുമായി അമ്മ

അതുവഴി കടന്നു പോയി.

ഹുങ്ങ്, കളിക്കാൻ പോകുമ്പോൾ അവനു ചോറും കാപ്പീം ഒന്നും വേണ്ട. ഇന്നൊരു വക ഞാൻ കൊടുക്കൂല്ല, അവിടെ കെടക്കട്ടെ. ആരോടെന്നില്ലാതെ അമ്മ പറഞ്ഞു. ആരും കേൾക്കാനില്ലെങ്കിലും അമ്മയങ്ങനെയാണ് എന്തെങ്കിലുമൊക്കെ പറഞ്ഞുകൊണ്ടേയിരിക്കും.

കളിക്കാൻ പോകാൻ പറ്റാത്തതിൽ വിഷമിച്ചിരിക്കുമ്പോഴാണ് ഊണു തരില്ലെന്നു കേൾക്കുന്നത്. എന്റെ വിഷമം ഇരട്ടിച്ചു. അപ്പോഴെല്ലാം എന്റെയടുത്ത് ഒരാൾ കൂടിയുണ്ടായിരുന്നു. ഞങ്ങളുടെ വീട്ടിൽ അന്നു വളർത്തിയിരുന്ന നായ് ആയിരുന്നു അത്. എന്നും രാത്രിയിൽ ഊണു കഴിഞ്ഞാൽ ഒരുരുള ചോറ് ഞാനതിനു കൊടുക്കുന്ന പതിവുണ്ടായിരുന്നു. എനിക്ക് ഉച്ചയൂണു തന്നില്ലെങ്കിലും നായ്ക്കുള്ള ചോറുമായി വന്ന് അമ്മ അതിനെ വിളിച്ചു. ആ നന്ദിയുള്ള മൃഗത്തിനെല്ലാം മനസ്സിലായതുപോലെ അവൻ അമ്മയുടെ അടുത്തേക്കു പോകാതെ എന്റെ മുഖത്തുനോക്കി ചില പ്രത്യേക ശബ്ദങ്ങൾ ഉണ്ടാക്കി. എന്നോടുള്ള സ്നേഹവും അനുഭാവവും അമ്മയോടുള്ള പ്രതിഷേധവുമായിരുന്നു ആ ശബ്ദങ്ങളെന്നാണ് ഇന്നും എന്റെ വിശ്വാസം.

ഉച്ചകഴിഞ്ഞ സമയത്ത് അയൽവീട്ടിലെ അമ്മൂമ്മ ഏതോ ആവശ്യത്തിനു വീട്ടിലേക്കു വന്നു. തളർന്നിരിക്കുന്ന എന്റെ അവസ്ഥ കണ്ടു കാര്യം മനസ്സിലാക്കിയ അമ്മൂമ്മ മൂക്കത്തു വിരൽ വച്ചിട്ട് ചോദിച്ചു.

'നീ ആളു കൊള്ളാമല്ലോടീ ദേവകീ.ഈ കൊച്ചു കുഞ്ഞിനോടാണോടീ നിന്റെ വാശിതീർക്കൽ? കുഞ്ഞുങ്ങടെ ഉള്ളു കലങ്ങിയാലേ ദൈവംപോലും പൊറുക്കുകേല, പറഞ്ഞേക്കാം'.

അമ്മൂമ്മ എന്നെ കെട്ടഴിച്ചുവിട്ടപ്പോൾ വിശന്നു തളർന്നിരുന്ന ഞാൻ കരഞ്ഞുപോയി. അപ്പോഴും ആ നായ് എന്നൊടൊപ്പം ചേർന്നുനിന്നു മുൻകാലുകളുയർത്തി എന്റെ ദേഹത്തു വയ്ക്കാൻ ശ്രമിച്ചുകൊണ്ടിരുന്നു. അതിന്റെ സ്നേഹം കണ്ടപ്പോൾ എന്റെ വിഷമത്തിന് അല്പം ആശ്വാസം കിട്ടിയതുപോലെ തോന്നി. ഇന്നും വീട്ടിലൊരു നായ ഉണ്ട്. ഞാനതിനെ കെട്ടിയിടാറില്ല. ആരെങ്കിലും നായ്ക്കളെ കെട്ടിയിട്ടിരിക്കുന്നതു കണ്ടാൽ മനസ്സിൽ എന്തോ ഒരു വീർപ്പുമുട്ടലാണ്. പണ്ട് അമ്മയെന്നെ തൂണിൽ

കെട്ടിയിട്ടതും ചോറു തരാതിരുന്നതുമെല്ലാം എനിക്കപ്പോൾ ഓർമ്മ വരും. പിന്നെ അന്നെനിക്കൊന്നും കഴിക്കാൻ തോന്നില്ല.

ഗദ്ഗദം കൊണ്ടു് ബാക്കി തുടരാനാവാതെ നാരായണനിരിക്കുമ്പോൾ ടീച്ചർ തുടങ്ങി.

'ഇതുപോലൊക്കെത്തന്നെയായിരിക്കും മിക്കവാറും ആളുകളുടേയും ബാല്യം അല്ലേ?'

ആരും ഒന്നും മിണ്ടുന്നില്ല.

നമ്മുടെയെല്ലാം ധാരണ കുട്ടികളെ തല്ലി വളർത്തണമെന്നാണ്.

ഒന്നേയുള്ളെങ്കിൽ ഉലക്കകൊണ്ടടിക്കണമെന്നു പറയുന്നവരുടെ പിൻമുറക്കാർ ഇപ്പോഴുമുണ്ട്.

'തെറ്റു കണ്ടാൽ ശിക്ഷിക്കേണ്ടാ എന്നാണോ ടീച്ചർ പറയുന്നത്?'

ചോദ്യം ആശയുടേതായിരുന്നു.

ശിക്ഷ വേണ്ടെന്നു ഞാൻ പറയില്ല, ശിക്ഷ എങ്ങനെ ആയിരിക്കരുത് എന്നതാണ് മനസ്സിലാക്കേണ്ടത്. അതു പിന്നീടു പറയാം. ഡോക്ടർ പറഞ്ഞ വാവച്ചന്റെ കഥയിലും നാരാണേട്ടന്റെ സ്വന്തം കഥയിലും പല ചോദ്യങ്ങൾക്കുമുള്ള ഉത്തരങ്ങൾ ഒളിഞ്ഞു കിടപ്പുണ്ട്. അവ നിങ്ങൾ കണ്ടെത്തണം. ചോദ്യങ്ങൾ അടുത്ത ക്ലാസ്സിൽ ഞാൻ ചോദിക്കും.

ശിക്ഷാവിധികളിലെ ന്യായാന്യായങ്ങൾ

ഇന്നു ഞാൻ ചോദ്യങ്ങൾ ചോദിക്കും ഓരോരോ ആളുകളായി ഉത്തരം പറയണമെന്ന ആമുഖത്തോടുകൂടിയാണ് ടീച്ചർ ക്ലാസ്സുതുടങ്ങിയത്.

ചോദ്യം ഒന്ന് : എന്തുകൊണ്ടായിരിക്കും വാവച്ചൻ കല്യാണം കഴിക്കാതിരുന്നത്?

ഒന്നാം ക്ലാസ്സിലെ ഒരു കുട്ടിയുടെ അമ്മയായ രമണിയാണ് ആദ്യം പ്രതികരിച്ചത്.

'കല്യാണം കഴിച്ചാൽ അമ്മയുടെ കയ്യിൽ നിന്നും അടികിട്ടുമെന്നു പേടിച്ചിട്ടായിരിക്കും'

ശരിയാണ്, കല്യാണം കഴിക്കണോടാ എന്നുചോദിച്ചുകൊണ്ടുള്ള അടി തുടരുമ്പോൾ ഇല്ലേ ഇല്ലേ എന്നു മാത്രമാണ് കുട്ടി കരഞ്ഞുപറയുന്നത്. കല്യാണം എന്താണെന്നുപോലും അറിയാത്ത ആ പ്രായത്തിൽ എന്തായിരിക്കും കുട്ടിയുടെ തലച്ചോറിൽ രജിസ്റ്റർ ചെയ്തിട്ടുണ്ടാവുക?

രമണിക്കു തന്നെ പറയാം.

കല്യാണം കഴിച്ചാൽ അടികിട്ടും എന്ന ഭയം വളരെആഴത്തിൽ സ്ക്രിപ്റ്റ് ചെയ്തിട്ടുണ്ടാകും. കല്ല്യാണത്തെപ്പറ്റി കേൾക്കുമ്പോൾ വാവച്ചനിൽ ഉണ്ടാകുന്ന എതിർപ്പ് ഈ ഭയത്തിന്റെ പുനരാവിഷ്കാരമാണ്.

ചോദ്യം രണ്ട് : ഓച്ചിറക്കാളയുടെ പ്രവൃത്തി അനുകരിച്ചതിനായിരുന്നല്ലോ അമ്മ കുഞ്ഞിനെ തല്ലിയത്, അങ്ങനെ തല്ലുമ്പോൾ സ്വാഭാവികമായും അമ്മയുടെ വിചാരമെന്തായിരുന്നിരിക്കണം?

കുട്ടിയുടെ അനുകരണകലയിൽ അമ്മ അശ്ലീലം കണ്ടുകാണും. മാത്രമല്ല, തന്റെ കുഞ്ഞ് വഴിപിഴച്ചുപോകുമെന്നുള്ള അബദ്ധധാരണയും ആശങ്കയും കാണും.

അതെ,അങ്ങനെയുള്ള അബദ്ധ ധാരണകളാണ് അച്ഛനമ്മമാർ മാറ്റേണ്ടത്. കുഞ്ഞുങ്ങൾ നിർദ്ദോഷമായി ചെയ്യുന്ന അനുകരണങ്ങളെ ദുർവ്യാഖ്യാനം ചെയ്യാതിരിക്കുക. ഒരിക്കൽ ഞാനൊരു വിവാഹച്ചടങ്ങിൽ പങ്കെടുക്കാൻ പോയിരുന്നു. വധൂവരൻമാർ മാല ചാർത്തിക്കഴിഞ്ഞപ്പോൾ എന്റെ സമീപത്തുണ്ടായിരുന്ന ഒരു കുഞ്ഞ്, ഏകദേശം മൂന്നുവയസു പ്രായം കാണും, ശരിക്കും സംസാരിച്ചു തുടങ്ങിയിട്ടില്ലെന്ന് കുഞ്ഞിന്റെ സംസാരം കേട്ടാലറിയാം, കല്യാണമണ്ഡപത്തിലേക്ക് കൈ ചൂണ്ടിക്കൊണ്ട് വേനം വേനമെന്ന് ആവർത്തിക്കുന്നു. അപ്പോൾ അമ്മ ചോദിക്കുന്നു 'എന്തു വേണം'. കല്യാണമണ്ഡത്തിലേക്ക് കൈ ചൂണ്ടിക്കൊണ്ട് കുട്ടി വീണ്ടും പറയുന്നു, 'അത് വേനം'. 'ഏത്? കല്യാണമോ' അമ്മ ചോദിച്ചു. അപ്പോഴായിരിക്കും അവിടെ നടക്കുന്ന ചടങ്ങിന്റെ പേര് കല്യാണമെന്ന് കുഞ്ഞറിയുന്നത്. 'ങാ കന്നാനം വേനം'. കുഞ്ഞു വീണ്ടും വീണ്ടും ആവർത്തിച്ചപ്പോൾ അമ്മ ചുറ്റിലുമുള്ളവരെ ഒരു ചമ്മലോടെ നോക്കുന്നു. കുട്ടി തന്റെ ആവശ്യം ആവർത്തിക്കുന്നു.

'കല്യാണം വാങ്ങിത്തരാമെന്നുപറയൂ' ഞാനതിന്റെ അമ്മയോടു പറഞ്ഞു.

അമ്മ അങ്ങനെ പറഞ്ഞു കുഞ്ഞിനെ സമാധാനപ്പെടുത്തി.

എന്താണ് ഈ സംഭവത്തിൽനിന്നും മനസ്സിലാകുന്നത്?

കുഞ്ഞുങ്ങൾ അനുകരണ പ്രിയരാണ്, മണ്ഡപത്തിലെ അലങ്കാരങ്ങളും ചടങ്ങുകളും കണ്ടപ്പോൾ അതുപോലെയൊക്കെ ചെയ്യാൻ കുഞ്ഞിന് ആഗ്രഹം തോന്നിക്കാണും അത്രയേ ഉള്ളൂ'.

ചോദ്യം മൂന്ന് : കൊച്ചുകുഞ്ഞുങ്ങളെ ശിക്ഷിക്കുമ്പോൾ നാം ശ്രദ്ധിക്കേണ്ട പ്രധാന കാര്യമെന്താണ്?

എന്തിനാണ് താൻ ശിക്ഷിക്കപ്പെട്ടതെന്ന് കുഞ്ഞുങ്ങൾ അറിയണം. അവർക്കു മനസ്സിലാകുന്ന ഭാഷയിൽ ലളിതമായ രീതിയിൽ വേണ്ടത്ര ഉദാഹരണസഹിതമായിരിക്കണം ആ ബോദ്ധ്യപ്പെടുത്തൽ. എന്തുകൊണ്ടെന്നാൽ കുഞ്ഞുങ്ങൾ എപ്പോഴും അവർക്കു ചുറ്റും നടക്കുന്ന കാര്യങ്ങൾ നിരീക്ഷിക്കുന്നവരും അവ അനുകരിക്കാൻ ശ്രമിക്കുന്നവരുമാണ്. ഈവക കാര്യങ്ങളുടെ ഗുണദോഷ

ങ്ങളോ ശരിതെറ്റുകളോ ശ്ലീല,അശ്ലീലങ്ങളോ ഒന്നുംതന്നെ മനസ്സിലാക്കിയിട്ടല്ല അവരങ്ങനെ അനുകരണം നടത്തുന്നത്.

ചോദ്യം നാല് : ഡോക്ടർ പറഞ്ഞ ഓച്ചിറക്കാളയുടെ കഥയിലെ അമ്മയെ കൊല്ലണമെന്നു നമ്മുടെ നാരാണേട്ടൻ പറഞ്ഞു. എന്തായിരിക്കുമതിനു കാരണം?

നാരായണന്റെ സുഹൃത്ത് ഗോപാലാണ് അതിനുത്തരം പറഞ്ഞത്. കളിക്കാൻ പോകുന്നത് തടയാനായി നാരായണേട്ടനെ കെട്ടിയിടുകയും ഭക്ഷണം കൊടുക്കാതിരിക്കുകയും ചെയ്തപ്പോൾ അന്നത്തെ പിഞ്ചുമനസ്സിൽ സങ്കടവും അമ്മയോടു ദേഷ്യവും എല്ലാം തോന്നിക്കാണും. അതു നെഗറ്റീവ് സ്ട്രോക്കുകളായി തലയിൽ രേഖപ്പെടുത്തിയിട്ടുണ്ടാകും.

അതിന്റെ ഫലമായി അമ്മയോടു പകരം ചോദിക്കണമെന്നുള്ള തീരുമാനവും തലയിൽ കയറിക്കാണും. ആ സ്ക്രിപ്റ്റുമായി നടക്കുകയാണ് നാരായണേട്ടൻ. അപ്പോഴാണ് തന്റെ അനുഭവത്തിനു സമാനമായ ഒരു കഥ ഇവിടെ കേൾക്കുന്നത്. ഉടൻതന്നെ പണ്ടു സ്ക്രിപ്റ്റ് ചെയ്യപ്പെട്ട തീരുമാനത്തിന് ഒരു റീപ്ലേ ഉണ്ടായി. അതു കൊണ്ടായിരിക്കും ആ തള്ളയെ കൊല്ലണമെന്ന് നാരായണേട്ടൻ പറഞ്ഞതെന്നാണെനിക്കു തോന്നുന്നത്.

ചുരുക്കിപ്പറഞ്ഞാൽ, ചെറുപ്പകാലത്തുണ്ടായ അനുഭവങ്ങൾക്കു സമാനമായവ ഭാവിയിൽ ഉണ്ടായാൽ പണ്ട് സ്ക്രിപ്റ്റ് ചെയ്യപ്പെട്ട തീരുമാനങ്ങളുടെ പുനരാവിഷ്ക്കാരം(Re-play) ഉണ്ടാകുമെന്നുള്ളതുറപ്പ് .

ഗോപാലേട്ടന്റെ നിരീക്ഷണം ശരിയാണ്.

ചോദ്യം അഞ്ച് : നാരാണേട്ടനെ ചെറുപ്പത്തിൽ അമ്മ കെട്ടിയിട്ടപ്പോൾ ഉണ്ടായ വിഷമത്തിനിടയിലും അല്പം ആശ്വാസം നൽകിയത് വീട്ടിലെ നായ് ആയിരുന്നു എന്നല്ലേ അദ്ദേഹം പറഞ്ഞത്, അതെങ്ങനെയുള്ള ആശ്വാസമാണെന്ന് വിശദീകരിക്കാമോ? ആർക്കു പറയാം?

രമണിയാണതിനുത്തരം പറഞ്ഞത്.

എല്ലാവരും പോസിറ്റീവ് സ്ട്രോക്കു മാത്രം ആഗ്രഹിക്കുന്നവരാണെന്നു നേരത്തേ ടീച്ചർ പറഞ്ഞിരുന്നല്ലോ. കളിയ്ക്കാൻ അനുവദിക്കാതെ, ആഹാരം നൽകാതെ കെട്ടിയിട്ടപ്പോൾ ഉണ്ടായ

നെഗറ്റീവ് സ്ട്രോക്കിൽ നിന്നും സ്വാഭാവികമായും ഒരു രക്ഷപ്പെടൽ കുട്ടി ആഗ്രഹിച്ചുകാണും. അപ്പോഴാണ് കുട്ടിയോട് അനുഭാവം പ്രകടിപ്പിക്കും പോലെ വീട്ടിലെ നായ് ആഹാരം കഴിക്കാതിരുന്നത്. ഭക്ഷണം ത്യജിച്ചിട്ട് ഒപ്പമിരുന്ന നായ്ക്ക് തന്നോടുള്ളതു് സ്നേഹമാണെന്ന് വിശ്വസിച്ച കുട്ടിക്ക് സ്വാഭാവികമായും പോസിറ്റീവ് സ്ട്രോക്കു ലഭിക്കും. ഈ പോസിറ്റീവ് സ്ട്രോക്കുകളാണു് നേരത്തേ ലഭിച്ച കുറെ നെഗറ്റീവ് സ്ട്രോക്കുകളെ എരിച്ചുകളയാൻ കുട്ടിയെ സഹായിച്ചത്.

എന്താണതിൽ നിന്നും രമണി മനസ്സിലാക്കിയത്.?

ഒരാളിലെ നെഗറ്റീവ് സ്ട്രോക്കില്ലാതാക്കാൻ അയാൾക്ക് പോസിറ്റീവ് സ്ട്രോക്കു കൊടുത്താൽ മതി.

ശരിയാണ് .

പക്ഷേ,അങ്ങനെ കൊടുക്കണമെങ്കിൽ അതു കയ്യിലുണ്ടായിരിക്കണം. ഇല്ലാത്തതു കൊടുക്കാൻ പറ്റില്ലല്ലോ.

അപ്പോൾ അതിനെപ്പറ്റിയും ഒരു കഥ പ്രതീക്ഷിക്കാം ഇല്ലേ ടീച്ചർ.

'തീർച്ചയായും,അടുത്ത ക്ലാസ്സിൽ അതുണ്ടാകും'

കയ്യിലുള്ളതല്ലേ കൊടുക്കാൻ കഴിയൂ

നമ്മൾ ജീവിതത്തിൽ എന്നുമെപ്പൊഴും ആശയവിനിമയത്തിലൂടെ സ്ട്രോക്കുകൾ പോസിറ്റീവായും നെഗറ്റീവായും കൊടുക്കുകയും വാങ്ങുകയും ചെയ്തുകൊണ്ടിരിക്കുകയാണ്. പക്ഷേ, നാം അതറിയുന്നില്ല എന്നതാണു സത്യം. അതറിഞ്ഞാൽ നമ്മൾ സ്വയം ശരിയാകാൻ ശ്രമിക്കും. മറ്റുള്ളവർക്ക് നമ്മളിൽ നിന്നും ലഭിക്കാ നിടയുള്ള നെഗറ്റീവ് സ്ട്രോക്കുകൾ കുറയുകയും ചെയ്യും.

ഒരിക്കൽ കുളിരും മൂക്കൊലിപ്പുമായി മൂടിപ്പുതച്ചു വീട്ടിൽ കിടക്കുകയായിരുന്നു ഞാൻ. വീട്ടിലെ മറ്റുള്ളവരെല്ലാം അടുത്തുള്ളൊരു കല്യാണ വീട്ടിലായിരുന്നു. അപ്പോഴാണ് അയലത്തെ കൂട്ടുകാരി അവിടേക്കു വന്നത്. എന്റെ കിടപ്പുകണ്ടിട്ടവൾ ചോദിച്ചു: 'എന്താടോ എന്തുപറ്റി?'

'ഓ, ചെറിയ ജലദോഷമാണെന്നു തോന്നുന്നു'

ഞാൻ പറഞ്ഞുതീർന്നില്ല അപ്പോഴേക്കും അവളെന്നെ ചോദ്യം ചെയ്യാനും ഉപദേശിക്കാനും തുടങ്ങി. ചൂടുണ്ടോ, തലവേദനയുണ്ടോ, മേലുവേദനയുണ്ടോ ശ്വാസമെടുക്കാൻ വിഷമമുണ്ടോ അങ്ങനെ കുറെ ചോദ്യങ്ങൾ. ലേശം കുളിരു തോന്നുന്നു എന്നു മാത്രം ഞാൻ പറഞ്ഞു. അവളെന്നെ വിടുന്ന ലക്ഷണമില്ല, എന്റെ നെറ്റിമേൽ കൈ വച്ചിട്ട് 'അയ്യോ പൊള്ളുന്നുണ്ടല്ലോ! ചൂടുണ്ടെങ്കിൽ സൂക്ഷിക്കണം. ചിക്കുൻ ഗുനിയായുടെ കാലമാ, സൂക്ഷിച്ചില്ലെങ്കിൽ കാൽമുട്ടുകൾ നീരുവന്നു തളർന്നു പോകും'.

അതു കേട്ടപ്പോൾ എനിക്കൊരു സംശയം, ചൂടുണ്ടോ? ഉള്ളിൽ നേരിയഭയം തോന്നിത്തുടങ്ങി. അവൾ കാണാത്തവിധത്തിൽ ഞാനെന്റെ കാൽമുട്ടുകളിൽ വിരലമർത്തി നീരുണ്ടോ എന്നു പരിശോധിക്കാൻ തുടങ്ങി. ഇവളെന്താണ് ഇങ്ങനെയൊക്കെ

പറയുന്നതെന്ന ചിന്തയായി പിന്നെ. അപ്പോഴും അവൾ പറഞ്ഞു കൊണ്ടേയിരുന്നു. 'ചൈനയിലെവിടെയോ പുതിയ ഒരുതരം വൈറൽഫിവർ പടർന്നു പിടിച്ചെന്നു കേൾക്കുന്നു. കൊറോണ എന്നോ മറ്റോ ആണ് പേര്.

'ങേ, കൊറോണയോ? ഞാനറിയാതെ ചോദിച്ചു പോയി. ഭയം ഉള്ളിൽ മറച്ചുകൊണ്ട് അവളുടെ ശ്രദ്ധ തിരിക്കാൻവേണ്ടി ഞാൻ പറഞ്ഞു 'അതു പുകവലിക്കാർ ഉപയോഗിക്കുന്ന ഒരു തരം ചുരുട്ട ല്ലേ? അതിന് ഏകദേശം അഞ്ചരയിഞ്ചോളം നീളം കാണും. പണ്ട് അമ്മാവൻ അതുകത്തിച്ചു വലിക്കുന്നത് കണ്ടിട്ടുണ്ട്. മൂന്നേമുക്കാ ലിഞ്ചു നീളമുള്ള ചെറിയ സൈസും അന്നുണ്ടായിരുന്നു. അതിന്റെ പേര് ഹാഫ്-എ-കൊറോണാ എന്നാണെന്റെ ഓർമ്മ. എന്റെ സംസാരം തടഞ്ഞുകൊണ്ട് അവൾ വീണ്ടും പറഞ്ഞു തുടങ്ങി.

അതിനിതുവരെ മരുന്നൊന്നും കണ്ടുപിടിച്ചിട്ടില്ല. പിടിപെട്ടാൽ കൊണ്ടേപോകൂ എന്നാണറിയുന്നത്. എന്നുവിചാരിച്ച് നീ പേടി ക്കുകയൊന്നും വേണ്ടാ. അല്ലെങ്കിൽത്തന്നെ പേടിച്ചിട്ടെന്താ കാര്യം. എപ്പോഴായാലും പോകാനുള്ളവരാ നമ്മൾ. അതൽപം നേരത്തേ ആകുമെന്നല്ലേയുള്ളൂ. എന്തായാലും നീ റെസ്റ്റെടുക്ക്, ഞാൻ പോയിട്ടു പിന്നെവരാം.

പിന്നെ വന്നില്ലെങ്കിലും വേണ്ടില്ല, ഈ മാരണം ഒന്നു പോയി ക്കിട്ടിയാൽ മതിയെന്നും ഇനിയും വന്നാൽ, രോഗ വിശകലനം നടത്തി വീണ്ടും അവളെന്നെ ഭയപ്പെടുത്തുമെന്നും ഞാനപ്പോൾ ചിന്തിച്ചു. എന്നെ സമാധാനിപ്പിച്ചെന്ന മട്ടിലാണവൾ പോയത്. പക്ഷേ അവളറിയുന്നില്ലല്ലോ താൻ കൊടുത്തതു മുഴുവനും ഭയം ഉണ്ടാക്കുന്ന നെഗറ്റീവ് സ്ട്രോക്കുകളായിരുന്നുവെന്ന്.

അങ്ങനെ വിഷമിച്ചുകിടക്കുമ്പോഴാണ് എന്റെ വല്യമ്മയുടെ വരവ്. എന്റെ കിടപ്പു കണ്ടിട്ട് 'എന്താ മോളേ?'എന്നു വല്യമ്മ.

'പനിയാണെന്നു തോന്നുന്നു വല്യമ്മേ' എന്നു ഞാനും.

എന്റെ നെറ്റിയിൽ കൈവച്ചുനോക്കിയിട്ട്, 'ഏയ്,അത്രയേറെ ചൂടൊന്നും തോന്നുന്നില്ല. കൊച്ചുമോളുടെ ചോറൂണു പറയാനാ യിട്ട് ഇന്നലെ ഞാനിവിടെ വന്നിരുന്നു മോളേ. പക്ഷേ, ആരെയും കണ്ടില്ല'

'ഞങ്ങളെല്ലാവരും കൂടി കൊല്ലത്തു മാമന്റെ വീട്ടിൽ പോയി രുന്നു വല്യമ്മേ'

'അപ്പോൾ നീ അവിടത്തെ കുളത്തിലിറങ്ങി കുളിച്ചു കാണും

ഇല്ലേ?'

ങാ, കുളിച്ചു.

'അപ്പോഴതാണു കാര്യം. വെള്ളംമാറി കുളിച്ചാൽ ചിലർക്കിങ്ങനെ ഉണ്ടാകും മോളേ. ഇതു വെറും ജലദോഷം. ഇവിടെ പനിക്കൂർക്കയും തുളസിയുമുണ്ടോ? എങ്കിൽ മോളൊരുകാരും ചെയ്യ്. അതു രണ്ടുംകൂടിയിട്ട് മൂന്നുനേരം ആവി പിടിക്ക്. ഇപ്പോൾത്തന്നെ വല്യമ്മ ചുക്കുകാപ്പി ഉണ്ടാക്കിത്തരാം. പിന്നൊരു കാര്യം, കട്ടിയാഹാരമൊന്നും വേണ്ടാ. നല്ല വിശപ്പുണ്ടെങ്കിൽമാത്രം അല്പം പൊടിയരിക്കഞ്ഞിയാകാം. വെള്ളം കൂടുതൽ കുടിക്കാൻ മറക്കരുത്. നാളെ വൈകുന്നപാട് പനി പമ്പകടക്കും. മോളൊട്ടും പേടിക്കണ്ടാ'

അതെല്ലാം കേട്ടിട്ട് വല്യമ്മ ഉണ്ടാക്കിത്തന്ന കാപ്പി കുടിച്ചു കഴിഞ്ഞപ്പോൾ എന്റെ ആശങ്കയെല്ലാം മാറി, വല്ലാത്തൊരാശ്വാസം.

'എന്നാൽ ശരിമോളേ വല്യമ്മ ഇറങ്ങട്ടേ' പോകാൻ തുടങ്ങിയ വല്യമ്മ ഏതോ ഓർമ്മിച്ചിട്ടെന്നപോലെ പെട്ടെന്നു തിരിഞ്ഞുനിന്നു

'പിന്നേ, ഒരുകാര്യം ചോദിക്കാൻ വിട്ടുപോയി, കൊല്ലത്ത് നിന്റെ മാമനും കുഞ്ഞുങ്ങളുമൊക്കെ സുഖമായിരിക്കുന്നോ?'

'ഒരു കുഴപ്പവുമില്ല വല്ല്യമ്മേ. മാമനിപ്പോൾ പച്ചക്കറിയുടെ ഹോൾസെയിൽ കടയുണ്ട്'

'മോളേ ഇന്നു ഞായറാഴ്ചയല്ലേ?അടുത്ത ഞായറാഴ്ചയാണ് കൊച്ചുമോളുടെ ചോറൂണ്. മറക്കണ്ടാ, എല്ലാവരുംകൂടി രാവിലെ തന്നെ അങ്ങെത്തിയേക്കണം'

എനിക്കിനിയും കൊല്ലത്തുകൂടി പോകാനുണ്ടെന്നു പറഞ്ഞു വല്യമ്മ ഇറങ്ങി.

'ഇന്നു പോകണ്ടാ നാളെപ്പോകാം വല്യമ്മേ' അപ്പോഴങ്ങനെ പറയാനാണെനിക്കു തോന്നിയത്. എന്തായിരിക്കും ഞാനങ്ങനെ പറയാനുണ്ടായ കാരണം?

'അതു വളരെ വ്യക്തമല്ലേ ടീച്ചർ?' എന്നു ചോദിച്ചു കൊണ്ടാണ്, എല്ലാ ക്ലാസ്സുകളേയും സൂക്ഷ്മമായി വിശകലനം ചെയ്യുന്ന രാധമ്മ തുടങ്ങിയത്. 'വല്യമ്മ ഒരു ദിവസം കൂടി ടീച്ചർക്കൊപ്പം നിന്നാൽ ഏറെ സ്നേഹവാക്കുകൾ കേൾക്കാൻ കഴിയുമെന്നു ടീച്ചർ വിചാരിച്ചു കാണും. എന്നു പറഞ്ഞാൽ കൂടുതൽ പോസിറ്റീവ് സ്ട്രോക്കുകൾക്കായി ടീച്ചർ ആഗ്രഹിച്ചുകാണുമെന്നർത്ഥം,

അതല്ലേ അതിന്റെ സത്യം'

അതുതന്നെയാണതിന്റെ സത്യം. വല്ല്യമ്മയിൽ നിന്നും പോസിറ്റീവ് സ്ട്രോക്കു കിട്ടുമെന്നെനിക്കറിയാം. പക്ഷേ, വല്യമ്മക്കറിയില്ലല്ലോ താൻ കൊടുക്കുന്നത് പോസിറ്റീവ് സ്ട്രോക്കാണെന്ന്. അതുകൊണ്ട് അടുത്ത ചോദ്യം അതേപ്പറ്റിയാണ്.

എന്റെ കുളിരും മൂക്കൊലിപ്പും കണ്ടപ്പോൾ രണ്ടുപേർ രണ്ടു രീതിയിലാണു പ്രതികരിച്ചത്. ഒരാൾ എനിക്ക് ആശ്വാസത്തിന്റെ പോസിറ്റീവ് സ്ട്രോക്ക് തന്നപ്പോൾ മറ്റേയാൾ ഭീതിയുടെ നെഗറ്റീവ് സ്ട്രോക്ക് തന്നു.

അറിയാതെയാണെങ്കിലും ചിലരിൽനിന്നു പോസിറ്റീവ് സ്ട്രോക്കും മറ്റുചിലരിൽനിന്നു നെഗറ്റീവ് സ്ട്രോക്കും മാത്രം വരുന്നതിനു കാരണമെന്താണ്?

'അയലത്തെ കൂട്ടുകാരിക്ക് ടീച്ചറോട് നല്ല വിരോധം കാണും. ടീച്ചർ ഒന്നു പേടിക്കട്ടെ എന്നു കരുതി നെഗറ്റീവ് സ്ട്രോക്കു കരുതിക്കൂട്ടി തന്നതായിരിക്കും'

ക്ലാസ്സിലെപ്പോഴും രസഗുണ്ടു പൊട്ടിക്കുന്ന നാരായണന്റെ മറുപടിയിൽ ക്ലാസ്സ് ആകെമാനം ഉഷാറായപ്പോൾ ടീച്ചർ തുടർന്നു.

'നമ്മുടെ കൈയിലുള്ളതുമാത്രമേ നമുക്കു കൊടുക്കാൻ കഴിയൂ. കൈയിലില്ലാത്തത് കൊടുക്കണമെന്ന് ആഗ്രഹിച്ചിട്ടും കാര്യമില്ല. അതേപോലെ, മറ്റൊരാളിന്റെ കൈയിലില്ലാത്തത് നമുക്കു കിട്ടണമെന്നാഗ്രഹിച്ചിട്ടും കാര്യമില്ല. മറ്റുള്ളവർക്കായി പോസിറ്റീവ് സ്ട്രോക്ക് കൊടുക്കണമെന്നുണ്ടെങ്കിൽ ചെറുപ്പത്തിൽ ലഭിച്ച സ്ട്രോക്കുകളുടെ ശേഖരം ധാരാളമായി ഓർമ്മയിലുണ്ടായിരിക്കണം. കയ്യിൽ നെഗറ്റീവ് സ്ട്രോക്ക് മാത്രമുള്ളവർക്ക് അതു മാത്രമല്ലേ കൊടുക്കാൻ കഴിയൂ. ആറു വയസ്സിനുള്ളിൽ ധാരാളം പോസിറ്റീവ് സ്ട്രോക്ക് കിട്ടിയ ഒരാൾ തന്റെ തലച്ചോറിൽ രേഖപ്പെടുത്തി വച്ചിരിക്കുന്ന സ്ക്രിപ്റ്റ് അനുസരിച്ചു പ്രവർത്തിക്കുമ്പോൾ അയാൾക്ക് പോസിറ്റീവ്സ്ട്രോക്കു മാത്രമല്ലേ കൊടുക്കാൻ കഴിയൂ. മറ്റുചിലരാകട്ടെ, ഈ ലോകമേ വെറുത്തമട്ടിൽ കഷായം കുടിച്ച മുഖവുമായി നടക്കുന്നവരാണ്. ഏതു കാര്യത്തിലും കുറ്റംകണ്ടെത്തും. വാക്കുകൊണ്ടോ പ്രവൃത്തികൊണ്ടോ യാതൊരു സ്ട്രോക്കും അവരിൽ നിന്നും ലഭിക്കില്ല. കാരണം, ചെറുപ്പത്തിൽ അവർക്കു നെഗറ്റീവ്സ്ട്രോക്ക് മാത്രമേ കിട്ടി

ക്കാണു. ഈ കാര്യം നിങ്ങളോർത്തുവയ്ക്കുക.

എന്റെ കുളിരും മൂക്കൊലിപ്പും കണ്ടിട്ട് വല്യമ്മയും കൂട്ടുകാരിയും പ്രതികരിച്ചതു രണ്ടു രീതിയിലാണ്. ആ രീതികൾ എന്നിലുണ്ടാക്കിയ വികാരങ്ങളും ഞാൻ പറഞ്ഞുകഴിഞ്ഞു. ഇനിയും നിങ്ങൾ പറയൂ , മറ്റുള്ളവരോടു സംസാരിക്കുമ്പോൾ, അല്ലെങ്കിൽ അവർക്കുവേണ്ടി പ്രവർത്തിക്കുമ്പോൾ നാം ഏറ്റവും കൂടുതൽ ശ്രദ്ധിക്കേണ്ട കാര്യമെന്താണ്?

'അന്യരെ പറഞ്ഞു പേടിപ്പിക്കരുത്'.

കമല അതു പറഞ്ഞപ്പോൾ ടീച്ചർ അതൊന്നുകൂടി വിശദീകരിച്ചു.

നമ്മുടെ സംസാരവും പ്രവൃത്തിയും ആർക്കുവേണ്ടിയാണോ നടത്തുന്നത് അവരിൽ അതെന്തുവികാരവും പ്രതികരണവുമായിരിക്കും ഉണ്ടാക്കുന്നതെന്ന് മുൻകൂട്ടി അറിയാൻ കഴിയണം. എന്നു പറഞ്ഞാൽ, നമ്മുടെ സംസാരവും പ്രവർത്തിയുമെല്ലാം നമ്മുടെ സുഖത്തിനായി മാറ്റുന്നതിനോടൊപ്പംതന്നെ അതുമൂലം മറ്റുള്ളവർക്ക് അസൗകര്യമോ വിഷമമോ ഉണ്ടാക്കാതെ അവരിൽ സന്തോഷം പകരുന്നതുമായിരിക്കണമെന്നു സാരം. അങ്ങനെയാണ് നല്ല മനുഷ്യബന്ധങ്ങൾ ഉടലെടുക്കുന്നത്. ആശയവിനിമയങ്ങളിൽ ഈ മാന്ത്രികതയാണ് നമ്മൾ സ്വായത്തമാക്കേണ്ടത്.

'അവനവനാത്മസുഖത്തിനാചരിക്കുന്നവ അപരനു സുഖത്തിനായ് വരേണം' എന്നല്ലേ ശ്രീ നാരായണഗുരുദേവനും പറഞ്ഞിട്ടുള്ളത്. എന്നാൽ ഇന്നു പലരും ചിന്തിക്കുന്നത് അവനവനാത്മസുഖത്തിനാചരിക്കുന്നവ 'അപരന്നസുഖ'ത്തിനായ് വരേണമെന്നാണ്. അന്യന്റെ ദുഃഖം എന്റെ സന്തോഷം എന്നതാണ് അങ്ങനെയുള്ളവരുടെ ലക്ഷ്യം.

പോസിറ്റീവ് സ്ട്രോക്കിനായുള്ള മനസ്സിന്റെ തന്ത്രങ്ങൾ

എൻ.സി.സി ക്യാമ്പിനു പോയ കുട്ടി

എല്ലാവർക്കും പോസിറ്റീവ് സ്ട്രോക്കു ലഭിക്കണമെന്ന ചിന്തയാണുള്ളത്. ആ ചിന്തയിൽ നിന്നാണ് പ്രതികരണ പ്രവർത്തനങ്ങളുണ്ടാകുന്നതെന്നു മുൻക്ലാസ്സുകളിൽ പറഞ്ഞിരുന്നല്ലോ.

ഒരിക്കൽ എന്റെ അനുജൻ എൻ.സി.സി ക്യാമ്പിനായി ബിഹാറിൽ പോയിരുന്നു.

അന്ന് അവന് പ്രായം പതിമൂന്നു വയസ്. ആദ്യമായാണ് അവൻ ഞങ്ങളേയും വീടിനേയും പിരിഞ്ഞുനിൽക്കുന്നത്. മൊബൈൽ ഫോൺ പ്രചാരത്തിലില്ലായിരുന്ന കാലം. അതിനാൽ ക്യാമ്പിലെ വിവരങ്ങളൊന്നും അന്നന്ന് അറിയാൻ കഴിഞ്ഞിരുന്നില്ല.

ക്യാമ്പും യാത്രയുമായി പത്തു പന്ത്രണ്ടു ദിവസത്തിനുശേഷം ക്ഷീണിതനായി അവൻ വീട്ടിലെത്തിയപ്പോൾ ആദ്യം ചോദിച്ചത് നിങ്ങളെല്ലാവരും എന്നെപ്പറ്റി ഓർത്തായിരുന്നോ എന്നാണ്. അതോടൊപ്പം എന്നെ കെട്ടിപ്പിടിച്ചൊരു കരച്ചിലും. ക്യാമ്പു കഴിഞ്ഞു വന്നനാൾ മുതൽ രണ്ടു ദിവസത്തേക്ക് വയറൊഴിയൽ പ്രമാണിച്ച് കക്കൂസുമായി അവൻ നിരന്തര സമ്പർക്കത്തിലായിരുന്നു. രണ്ടു ദിവസത്തിനു ശേഷം ഉന്മേഷവനായപ്പോൾ ക്യാമ്പിലെ വിശേഷങ്ങൾ പറഞ്ഞുതുടങ്ങി. കൂട്ടത്തിൽ കുറേ ദുരിതങ്ങളുടെ കഥയും.

'ആഹാരമായി മാറി മാറി പൂരിയും ചപ്പാത്തിയും മാത്രമായിരുന്നു ചേച്ചീ, കറികളാണെങ്കിൽ ഉരുളക്കിഴങ്ങും പരിപ്പും ചീരയും മാത്രം. അതൊക്കെ സഹിക്കാം, പക്ഷെ അവരുപയോഗിച്ച എണ്ണയുടെ ഗന്ധം, ഹോ! സഹിക്കാൻ പറ്റില്ല. കക്കൂസിന്റെ കാര്യമാ

ണെങ്കിൽ മഹാകഷ്ടം. പ്ലാസ്റ്റിക്ക് മറയ്ക്കുള്ളിലെ വെറും കുഴികളായിരുന്നു അവ'.

ക്ഷമയോടെ ഞാനതെല്ലാം കേട്ടു.

വന്നനാൾമുതൽ രണ്ടു ദിവസം മുഴുവനും നിരന്തരമായി അവൻ നടത്തിയ കക്കൂസ് സമ്പർക്കപരിപാടിയുടെ കാരണം മനസിലായതപ്പോഴാണ്.

ക്യാമ്പിലുണ്ടായ ദുരനുഭവങ്ങളുടെ നെഗറ്റീവ് സ്ട്രോക്കുമായി വീട്ടിലെത്തി ബന്ധുക്കളെ കെട്ടിപ്പിടിച്ചപ്പോൾ ആ പതിമൂന്നുകാരനുണ്ടായ കരച്ചിൽ സന്തോഷമായിരുന്നോ അതോ സങ്കടമായിരുന്നോ?

സന്തോഷം പിടിച്ചാൽ കിട്ടാത്ത രീതിയിൽ ഉയരുമ്പോൾ ചിലരങ്ങനെയാണ്, കരഞ്ഞുപോകും, ഞാനും കരഞ്ഞിട്ടുണ്ട്. ഗീത അതു പറയുമ്പോൾ അതിനെ ശരിവച്ചു കൊണ്ടു ടീച്ചർ തുടർന്നു. 'കുറേക്കൂടി വ്യക്തമായി പറഞ്ഞാൽ, ക്യാമ്പിലെ ദുരിതംമൂലം കിട്ടിയ നെഗറ്റീവ് സ്ട്രോക്കുമായി എത്തിയവന് അതൊന്നൊഴിവാക്കി പോസിറ്റീവ് സ്ട്രോക്ക് നേടണമെന്നുള്ള ചിന്തയുണ്ടായി.

അങ്ങനെയുള്ള ചിന്തയിൽ നിന്നാണ് ചേച്ചിയെ കെട്ടിപ്പിടിച്ചു സന്തോഷിക്കുന്ന പ്രവൃത്തിയിലേക്കെത്തുന്നത്.

ഈ സംഭവത്തിൽ നിന്നും നിങ്ങളെന്താണ് മനസ്സിലാക്കിയത്?

'ആർക്കും നെഗറ്റീവ് സ്ട്രോക്കുകൾ വേണ്ടാ ടീച്ചർ'

ഗീത അതു പറഞ്ഞു നിറുത്തുമ്പോൾ ടീച്ചറുടെ വിശദീകരണം:

'നെഗറ്റീവ് സ്ട്രോക്ക് കൊണ്ടുനടക്കാൻ ആർക്കും ഇഷ്ടമില്ല. മനസ്സെപ്പോഴും പോസിറ്റീവ് സ്ട്രോക്കിനായ് ശ്രമിച്ചുകൊണ്ടേയിരിക്കും. ഈ ശ്രമം മനസ്സിന്റെ ഒരു തന്ത്രമാണ് . ഈ തന്ത്രത്തേപ്പറ്റി ഒരു കഥകൂടി പറയാം.

ആന വിരണ്ടപ്പോൾ

വർഷങ്ങൾക്കു മുമ്പ് ഭരണിനാൾ രാത്രിയിൽ ഞാനും അച്ഛനും അനിയനുമായി അടുത്തുള്ള ക്ഷേത്രത്തിൽ ഉത്സവം കാണാൻ പോയി. അതിവിശാലമായ അമ്പലപ്പറമ്പിൽ ആളുകൾ നിറഞ്ഞു കവിഞ്ഞിട്ട് അടുത്തുള്ള പറമ്പുകളിലും കെട്ടിടങ്ങളുടെ മുകളിലുമെല്ലാം സ്ഥാനം പിടിച്ചിരുന്നു. അമ്പലപ്പറമ്പിൽ ഏറ്റവും പിന്നിലായി ഞങ്ങൾ അടുത്തടുത്തിരുന്ന് നാടകം കണ്ടുകൊണ്ടിരിക്കുമ്പോൾ ആന വിരണ്ടെന്നാരോ വിളിച്ചു കൂവുന്നതു കേട്ടു. സ്റ്റേജിനു മുന്നിലിരുന്ന ആളുകൾ തിരമാലകൾ പൊങ്ങിവരുന്നതുപോലെ പിന്നിലേക്ക് ഇരച്ചുവരുന്നതു കണ്ടു.

പിന്നൊന്നും നോക്കിയില്ല, ഞങ്ങളും ഓടി. അതിനിടയിൽ ചുക്കുകാപ്പിക്കാരന്റെ കലവും തട്ടും മറിച്ചിട്ടതും കുപ്പിവളക്കച്ചവടക്കാരന്റെ വളകൾ ചവിട്ടിപ്പൊട്ടിച്ചതും ചായക്കടക്കാരന്റെ കണ്ണാടിയലമാര മറിഞ്ഞു് പരിപ്പുവടയും പഴംപൊരിയും ചിതറിയതുമൊന്നും ഞങ്ങളറിഞ്ഞില്ല. പ്രാണരക്ഷാർത്ഥമുള്ള ഓട്ടമായിരുന്നു. മുന്നിലെ തടസ്സങ്ങളൊന്നുമൊരു പ്രശ്നമേ ആയിരുന്നില്ല. നാട്ടിൻപുറത്തെ വീടുകൾക്കൊന്നും ചുറ്റുമതിലുകൾ ഇല്ലാതിരുന്ന അക്കാലത്ത് പറമ്പുകൾ പലതും മിന്നൽ വേഗത്തിൽ താണ്ടിയ ഞങ്ങൾ എള്ളുവിളഞ്ഞു കിടക്കുന്ന വിശാലമായ ഒരു പാടത്തിനരികിലെത്തി. നടവരമ്പെവിടെയെന്നൊന്നും നോക്കാനുള്ള നേരമില്ലാത്തതിനാൽ പിന്നീടുള്ള ഓട്ടമെല്ലാം വിശാലമായ ആ പാടത്തിനു നടുവിലൂടെ ആയിരുന്നു. മഞ്ഞുപെയ്യുന്ന ആ രാത്രിയിലും ഞാൻ വിയർക്കുന്നുണ്ടെന്നറിഞ്ഞു.

അങ്ങുദൂരെ അമ്പലപ്പറമ്പിലെ ആരവം ചെറുതായി കേൾക്കുന്നതിനുംമേലെ എന്റെ ശ്വാസഗതികൾ ഉയർന്നു കേൾക്കാമാ

യിരുന്നു. ആളുകൾ പല വഴിക്കാണോടിയിരുന്നത്. ഞങ്ങളോടൊപ്പം ആരുമെത്തിയിട്ടില്ല. ഓട്ടത്തിനിടയിൽ ഞാനെന്നോടുതന്നെ ഒരു സംശയം ചോദിച്ചു. ആന പിന്നാലെയുണ്ടെങ്കിൽ ചങ്ങലക്കിലുക്കം കേൾക്കില്ലേ. അപ്പോൾ വീണ്ടുമൊരു സംശയം. ചങ്ങലയില്ലാതാണു വരുന്നതെങ്കിലോ. ഛെ, അങ്ങനെ വരില്ല. ആനയ്ക്കെപ്പോഴും ചങ്ങല കാണും. എങ്കിലും സംശയം തീർക്കാനായി കിതച്ചുകൊണ്ടുള്ള ഓട്ടത്തിനിടയിൽ പെട്ടെന്നു ഞാനൊന്നു തിരിഞ്ഞു നോക്കി.

കുംഭമാസത്തിലെ തെളിഞ്ഞ നിലാവിൽ ഏറെ ദൂരംവരെ കാണാമായിരുന്നു. അവിടെങ്ങും ആനയുമില്ലൊരു പൂനയുമില്ല. തിരിഞ്ഞുനോട്ടത്തിനിടയിൽ എള്ളിൻചെടികളിൽ തട്ടി ഞാൻ വീണുപോയി. ശബ്ദംകേട്ട് അച്ഛൻ തിരിഞ്ഞുനോക്കുമ്പോൾ ഞാൻ തത്രപ്പെട്ടെഴുനേൽക്കുകയായിരുന്നു. അച്ഛനൊന്നു നോക്കിക്കേ ആനയൊന്നും വരുന്നില്ല. അതു പറഞ്ഞുകൊണ്ട് ഞാനവർക്കൊപ്പമെത്തി.

അടുത്തെത്തിയ എന്റെ കഴുത്തിലേക്കു വിരൽ ചൂണ്ടിക്കൊണ്ട് അച്ഛനെന്തോ പറയാനായ് തുനിഞ്ഞെങ്കിലും മിണ്ടിയില്ല. അതു കണ്ടിട്ടെനിക്കെന്തോ സംശയം തോന്നി. ഞാൻ കഴുത്തിൽ തപ്പിയപ്പോൾ മാല കാണുന്നില്ല. അയ്യോ അച്ഛാ എന്റെ മാല എന്നു പറഞ്ഞു കരഞ്ഞപ്പോൾ, സാരമില്ല മോളേ ജീവൻ തിരിച്ചു കിട്ടിയല്ലോ എന്നുപറഞ്ഞുകൊണ്ട് അച്ഛൻ എന്നെ ചേർത്തു നിറുത്തി പുറം തലോടി. അപ്പോഴെനിക്കുണ്ടായൊരാശ്വാസം പറഞ്ഞറിയിക്കാൻ പറ്റാത്തതായിരുന്നു. ആന വിരണ്ടെന്നു കേട്ടപ്പോൾ എനിക്കുണ്ടായതു ഭയമാണെങ്കിൽ മാല നഷ്ടപ്പെട്ടെന്നറിഞ്ഞപ്പോൾ ഉണ്ടായതു ദുഃഖമാണ്. ഇങ്ങനെ രണ്ടുഗ്രൻ നെഗറ്റീവ് സ്ട്രോക്കുകൾക്കു മേലെയാണ് ജീവൻ തിരിച്ചുകിട്ടിയല്ലോ എന്ന അച്ഛന്റെ ആശ്വാസവാക്കുകൾ പോസിറ്റീവ് സ്ട്രോക്കായി വന്നു വീഴുന്നത്. അതോടെ എന്റെ ഭയം ക്രമേണ മാറി. ഞങ്ങൾ വീട്ടിലേക്കു നടന്നു.

ടീച്ചറേ ഒരുസംശയം, ഗീത മെല്ലെഎഴുന്നേറ്റു.

'എള്ളിൻ പാടത്തു വച്ച് തിരിഞ്ഞു നോക്കിയപ്പോൾ പിന്നിൽ ആനയെ കണ്ടില്ലെന്നു പറഞ്ഞല്ലോ. ആന പിന്നെ എങ്ങോട്ടു പോയി?'

ക്ഷേത്രപ്പറമ്പ് അതിവിശാലമല്ലേ ഗീതേ? ആനയ്ക്ക് എങ്ങോട്ടു വേണമെങ്കിലും പോകാമായിരുന്നു. പക്ഷെ ആനയെ തളച്ച സ്ഥലത്തുനിന്നും അതെങ്ങോട്ടും പോയില്ല. ബഹളത്തിനിടയിൽ അനവധി ആളുകൾക്ക് ചവിട്ടുകൊണ്ടതും ആഭരണങ്ങൾ വസ്ത്രങ്ങൾ തുടങ്ങിയവ നഷ്ടപ്പെട്ടതും മിച്ചം.

അതെന്താ ടീച്ചർ ?

അതിന്റെ കാരണം അറിയുന്നത് പിറ്റേദിവസമാണ്. ക്ഷേത്രഭരണസമിതിയോട് എതിർപ്പുള്ളവർ ഉത്സവം അലങ്കോലമാക്കാൻ വേണ്ടി മനഃപൂർവ്വം വിളിച്ചു കൂവിയതാണ് ആന വിരണ്ടെന്ന്.

കഥയിവിടെ നിറുത്തുന്നു. ഇനിയും വിഷയത്തിലക്കു വരാം.

ആന വിരണ്ടെന്നു കേട്ടപ്പോൾ ഉണ്ടായ ഭയം എന്റെമേൽ വീഴ്ത്തിയ നെഗറ്റീവ് സ്ട്രോക്കുകൾ ആശ്വാസത്തിന്റെ പോസിറ്റീവിലേക്കെത്തിയ വഴികൾ നമുക്കൊന്നു പരിശോധിക്കാം.

ആന വിരണ്ടെന്നു കേട്ടത് എനിക്കുണ്ടായ ഒരനുഭവം. അതിൽ നിന്നുള്ള ഉത്തേജനം ഭയമെന്ന വികാരം എന്നിലുണ്ടാക്കി. ഭയം ഒരു നെഗറ്റീവ് സ്ട്രോക്കാണെന്നും അതാർക്കും ഇഷ്ടമല്ലെന്നും അറിയാമല്ലോ. അതിഷ്ടമല്ലാത്തതിനാൽ അതിനെ ഒഴുക്കിക്കളഞ്ഞിട്ടു പോസിറ്റീവ് സ്വീകരിക്കാൻ തലച്ചോറിൽ നിന്നും നിർദ്ദേശം വന്നു. എന്തു നിർദ്ദേശം?

'ജീവൻ വേണേൽ ഓടിക്കോ ടീച്ചറേ'.

നാരായണൻ ആവേശപൂർവ്വം പറഞ്ഞു

അതേ, നാരായണേട്ടാ അതുതന്നെയാണ് സംഭവിച്ചത്. തലച്ചോറിന്റെ നിർദ്ദേശമനുസരിച്ചുള്ള പ്രവൃത്തിയാണീ ഓട്ടം. ഏറെ ഓടിയിട്ടും പിന്നിൽ ചങ്ങലക്കിലുക്കമൊന്നും കേൾക്കാത്തതിനാൽ ബുദ്ധി ഉണർന്നു. തിരിഞ്ഞു നോക്കി. ആനയില്ലെന്നു ബോദ്ധ്യമായി. അപ്പോൾ കിട്ടിയ സ്ട്രോക്കെന്താണ്?

ആശ്വാസമെന്ന പോസിറ്റീവ് സ്ട്രോക്ക്.

അതുകഴിഞ്ഞ്, മാല നഷ്ടപെട്ടു എന്നറിഞ്ഞപ്പോൾ കിട്ടിയതോ, ദുഃഖമെന്ന നെഗറ്റീവ് സ്ട്രോക്ക്. ജീവൻ തിരിച്ചു കിട്ടിയല്ലോ എന്നു പറഞ്ഞുകൊണ്ടച്ഛൻ ചേർത്തു നിറുത്തി പുറം തടവിയപ്പോൾ കിട്ടിയതാണു് ഏറ്റവും വലിയ പോസിറ്റീവ് സ്ട്രോക്ക്.

ആനവിരണ്ടെന്നു കേട്ടപ്പോൾ ഞങ്ങൾ ഓടിയത് പോസിറ്റീവ്

സ്ട്രോക്ക് നേടാൻ വേണ്ടിയാണ്.

കഷ്ടപ്പെട്ടു ഉന്തുവണ്ടി വലിച്ചുകൊണ്ടുപോകുന്ന ഒരുവന്റെ പിന്നാലെ വരുന്ന കാറിലിരുന്ന് ഹോൺ മുഴക്കുന്ന കാറുകാരന്റെ ലക്ഷ്യമെന്താണ്? പിന്നിൽ നിന്നും അനാവശ്യമായി ഹോൺ മുഴക്കി ഉന്തുവണ്ടിക്കാരനെ അലോസരപ്പെടുത്തി അയാൾക്ക് നെഗറ്റീവ് സ്ട്രോക്ക് കൊടുക്കുക. എന്നിട്ട് അയാളുടെ പങ്കപ്പാടു കണ്ടു രസിക്കുന്നതിലൂടെ സന്തോഷം (പോസിറ്റീവ്) നേടുക എന്നതു തന്നെ. തന്റെ കാറിൽ ബൈക്കു മുട്ടിച്ചയാളിനെ പൊട്ട ക്കണ്ണനെന്നും പോത്തു നിന്റേച്ഛനെന്നുംമറ്റും പറഞ്ഞ ഒരു കാറു കാരിയുടെ കഥ കഴിഞ്ഞൊരു ക്ലാസ്സിൽ പറഞ്ഞിരുന്നു. അവരുടെ ലക്ഷ്യവും നെഗറ്റീവ് കൊടുത്തിട്ട് പോസിറ്റീവ് നേടുകയെന്ന തായിരുന്നു. ഇനിയും ഇതുവരെയുള്ള കാര്യങ്ങളൊന്നു ചുരുക്കി പ്പറയാം.

നമുക്കും മറ്റുള്ളവർക്കും വേണ്ടതു പോസിറ്റീവ് സ്ട്രോക്കാണ്, വേണ്ടാത്തത് നെഗറ്റീവും.

നമുക്കു വേണ്ടാത്ത നെഗറ്റീവ് നാമെന്തിന് അന്യർക്കു കൊടു ക്കണം?

നമുക്കിഷ്ടപ്പെട്ട കാര്യവും നമുക്കു ലഭിക്കണമെന്ന് നമ്മളാഗ്ര ഹിക്കുന്ന കാര്യവും മറ്റുള്ളവർക്കായി നൽകുന്നതിനെയാണ് സ്നേഹമെന്നു പറയുന്നത്. അല്ലെങ്കിൽ മറ്റുള്ളവർക്കുവേണ്ടി നമ്മുടെ സുഖങ്ങൾ ത്യജിക്കുന്നതിനെയാണ് സ്നേഹമെന്നു പറയുന്നത്. അതുതന്നെയാണ് ആശയവിനിമയ വിജയത്തിന്റെ ആണിക്കല്ലും.

നമുക്കിഷ്ടപ്പെട്ടത് മറ്റുള്ളവർക്കു കൊടുക്കുന്നതാണു സ്നേഹ മെങ്കിൽ ഇഷ്ടവും സ്നേഹവും ഒന്നുതന്നെയാണോ? എപ്പോഴും സംശയങ്ങൾ ഉന്നയിച്ച് ക്ലാസ്സിനെ സജീവമാക്കുന്ന ആശയുടെ തായിരുന്നു ചോദ്യം.

ഇഷ്ടമെന്നു പറഞ്ഞാൽ സ്നേഹമല്ല

എനിക്കു റോസാപ്പൂവ് ഇഷ്ടമാണെന്നു പറഞ്ഞാൽ റോസാപ്പൂവിനോടെനിക്കു സ്നേഹമാണെന്നല്ല അതിനർത്ഥം. ഞാനതു സ്വന്തമാക്കാനും എന്റെ തലയിൽ ചൂടാനും ആഗ്രഹിക്കുന്നു എന്നാണ്. എനിക്കു വറുത്ത മീനിഷ്ടമാണെന്നു പറഞ്ഞാൽ അതിനോടെനിക്കു സ്നേഹമുണ്ടെന്നർത്ഥമില്ല. മറിച്ച്, അതിനെ സ്വന്തമാക്കി ആഹരിക്കാനാഗ്രഹിക്കുന്നു എന്നാണ്. അപ്പോൾ, എനിക്കു നിന്നെ ഇഷ്ടമാണെന്നു പറഞ്ഞാൽ അതെങ്ങനെ സ്നേഹമാകും? ഞാൻ നിന്നെ സ്വന്തമാക്കാൻ ആഗ്രഹിക്കുന്നു എന്നല്ലേ അതിനർത്ഥം? ആഗ്രഹിച്ചതു കിട്ടിയില്ലെങ്കിലോ, തട്ടിപ്പറിച്ചു നശിപ്പിക്കുക. ഇതല്ലേ ഇന്നു കലാലയങ്ങളിൽ പ്രേമമെന്ന പേരിൽ നടക്കുന്നത്. പ്രണയാഭ്യർത്ഥന നിരസിക്കുന്നവളെ ആസിഡ് ഒഴിച്ചും കുത്തിയും കത്തിച്ചും കഴുത്തറുത്തും വെടിവച്ചും വിഷപ്പാമ്പിനെ ഉപയോഗിച്ചുംമറ്റും പ്രതികാരം തീർക്കുന്ന മാനസികാവസ്ഥയിലേക്ക് യുവാക്കളും കൗമാരക്കാർപോലും മാറിയിരിക്കുന്നു. പത്തുമുതൽ ഇരുപതു ശതമാനംവരെയുള്ള കൗമാരക്കാർ മാനസിക പ്രശ്നങ്ങളിലൂടെ കടന്നുപോകുന്നവരാണെന്ന് ലോകാരോഗ്യ സംഘടനയും യൂണിസെഫും പറയുമ്പോൾ, ആൺ പെൺ സൗഹൃദങ്ങൾ തെറ്റായ വഴിക്കു നീങ്ങാതിരിക്കാൻ മനസ്സിനെ വരുതിയിൽ നിറുത്താനുള്ള പരിശീലനമാണ് കൗമാരക്കാർക്കു നൽകേണ്ടത്. മറ്റൊരാളോട് സൗമ്യവും മധുരവുമായി പ്രതികരിക്കാൻ കഴിയുന്ന ആരോഗ്യമുള്ളാരു മനസ്സാണ് അവർക്ക് വേണ്ടത്. ഭൂമിക്കുപുറത്തുള്ള കാര്യങ്ങളിൽപോലും അന്വേഷണങ്ങൾ നടത്തി കാര്യങ്ങൾ കണ്ടെത്തുന്ന അവസ്ഥയിലാണ് നമ്മൾ ജീവിക്കുന്നത്. എന്നാൽ തൊട്ടടുത്തിരിക്കുന്ന പെൺകുട്ടിയുടെ

മനസ്സറിയാൻ കഴിയാതെ, അതിനു ശ്രമിക്കാതെ അവളെ ഇഷ്ടമാണെന്നു സ്വയം തീരുമാനിച്ചിട്ട് ആഗ്രഹം നടക്കാതെ വരുമ്പോൾ പക തീർക്കുന്നത് സ്നേഹമാണോ? ഇഷ്ടമാണെന്നു പറഞ്ഞാൽ അതുവെറും ആഗ്രഹം മാത്രമാണ്, സ്നേഹമല്ല.

അങ്ങനെയാണെങ്കിൽ, സ്നേഹമെന്നാൽ എന്താണു ടീച്ചറേ? അതു മദർ പി.ടി.എ പ്രസിഡന്റായിരുന്നു.

പറയാം,നമുക്കിഷ്ടപ്പെട്ട കാര്യങ്ങൾ അല്ലെങ്കിൽ നമുക്കു ലഭിക്കണമെന്ന് നമ്മളാഗ്രഹിക്കുന്ന കാര്യങ്ങൾ മറ്റുള്ളവർക്കു നൽകുമ്പോൾ അഥവാ അവർക്കുവേണ്ടി നാം അതു ത്യജിക്കുമ്പോൾ നമ്മിലുണ്ടാകുന്ന വികാരവും നമ്മൾ പകർന്നുകൊടുക്കുന്ന വികാരവും ഒന്നുതന്നെയാണ്. അതാണു സ്നേഹം. ഇന്നത്തെ ക്ലാസ്സിവിടെ അവസാനിക്കുകയാണ്. അതിനുമുമ്പായി ഒന്നു ചോദിക്കട്ടെ, ഈ ക്ലാസ്സിൽനിന്നും ഇന്നു നിങ്ങൾക്കെന്തെല്ലാം മനസ്സിലായി?

ഓരോരുത്തരായി ഉത്തരം പറഞ്ഞുതുടങ്ങി.

ബഹുമാനം കൊടുത്താൽ തിരിച്ചും ബഹുമാനം കിട്ടും.
ഇഷ്ടമെന്നുപറഞ്ഞാൽ വെറും ആഗ്രഹം മാത്രമാണ്.
നമുക്കിഷ്ടപ്പെട്ടത് മറ്റൊരാളിനുവേണ്ടി ത്യജിക്കലാണ് സ്നേഹം.

ഇനിയാർക്കെങ്കിലും എന്തെങ്കിലും പറയാനുണ്ടോ ?

'ഉണ്ടേ' കല്യാണി എഴുന്നേറ്റു.

നമ്മൾ പോസിറ്റീവ് കൊടുത്താൽ തിരിച്ചു നമുക്കും പോസിറ്റീവ് തന്നെ കിട്ടും.

പ്രതീക്ഷ നല്ലതാ കല്യാണീ, പക്ഷേ, അങ്ങനെ തിരിച്ചുകിട്ടുമെന്ന് ഉറപ്പൊന്നുമില്ല. പോസിറ്റീവ് കിട്ടാൻവേണ്ടി നമുക്കു ശ്രമിക്കാമെന്നേ പറയാൻ കഴിയൂ.

അതെന്താണു ടീച്ചർ?

അവരുടെ കയ്യിലുണ്ടെങ്കിലല്ലേ തിരിച്ചുതരാൻ കഴിയൂ. അതേപ്പറ്റി കൂടുതൽ കാര്യങ്ങൾ വരും ക്ലാസ്സുകളിൽ.

സമ്മാനങ്ങളുടെ കൊടുക്കൽ വാങ്ങലുകൾ

പോസിറ്റീവ് സ്ട്രോക്കുകളെ നെഗറ്റീവാക്കി മാറ്റുന്ന നയമില്ലായ്മ

ഗുഡ്മോണിംഗ് പറഞ്ഞുകൊണ്ടു ക്ലാസ്സിലേക്കു പ്രവേശിച്ച ശോഭടീച്ചർ എല്ലാവരിലും ഒരു പ്രസാദഭാവം കണ്ടപ്പോൾ അറിയാതെ ചോദിച്ചുപോയി.

'ഇന്നെന്താണെല്ലാവരിലും ഒരു ഉണർവ്വിന്റെ തെളിച്ചം?'

ടീച്ചർ അറിഞ്ഞില്ലേ? നമുക്കിന്ന് പ്രിൻസിപ്പാളിന്റെ വക ചായ സൽക്കാരമുണ്ട്.

ങ്ഹാ! അതു നല്ലകാര്യമാണല്ലോ.

ചായസൽക്കാരമുണ്ടെന്നു കേട്ടതേയുള്ളു അപ്പോഴേക്കും, കണ്ടില്ലേ എല്ലാവരിലുമുള്ള ഒരു സന്തോഷം. അതാണ് പോസിറ്റീവ് സ്ട്രോക്ക്. നമുക്കിഷ്ടമുള്ള അല്ലെങ്കിൽ ആഗ്രഹിക്കുന്ന കാര്യങ്ങളെപ്പറ്റി കേട്ടാൽപ്പോലും ഈ സ്ട്രോക്ക് ലഭിക്കും.

'വളരെ ആക്ടീവായ ഇന്ദിരയെ ഇന്നു കാണുന്നില്ലല്ലോ'

അയ്യോ മാഡം അറിഞ്ഞില്ലേ, ആ ചേച്ചിയുടെ കുഞ്ഞിനെ ഇന്നലെ വീട്ടുമുന്നിൽവച്ചു കാറു തട്ടി.

എന്നിട്ടെന്തെങ്കിലും പറ്റിയോ സുലോചനേ?

കാലിൽ ചെറിയൊരു പൊട്ടലുണ്ട്.

അവർ കുഞ്ഞുമായി ആശുപത്രീലാ.

കുഞ്ഞിനെന്തു പ്രായമുണ്ട്?

രണ്ടു വയസ്സ്

ആ കുഞ്ഞു വേഗം സുഖംപ്രാപിക്കാൻ നമുക്കെല്ലാവർക്കും

പ്രാർത്ഥിക്കാം. കഴിയുമെങ്കിൽ ആരെങ്കിലും അവിടെവരെയൊന്നു പോകണം.

ടീച്ചറിതു പറഞ്ഞു നിറുത്തുമ്പോൾ ഒരാളിന്റെ വക ഒരു കുനഷ്ടു ചോദ്യം.

'പ്രാർത്ഥിച്ചാൽ അസുഖം മാറുമോ ടീച്ചർ?'

ഒട്ടും പ്രതീക്ഷിക്കാത്ത ആ ചോദ്യത്തിനു മുന്നിൽ ഉരിയാടാനാകാതെ ഒരു നിമിഷം നിന്നുപോയെങ്കിലും ടീച്ചർ തുടർന്നു.

'ഏതൊരു സംസാരത്തിന്റേയും പ്രവൃത്തിയുടേയും പരിമിതികളേപ്പറ്റിയും അതിന്റെ ഫലസാദ്ധ്യതകൾ, ഗുണദോഷങ്ങൾ എന്നിവയേപ്പറ്റിയും കൂലങ്കഷമായി ചിന്തിക്കുന്നതു നല്ലതാണ്. നമ്മളിവിടിരുന്ന് പ്രാർത്ഥിച്ചാൽ കുഞ്ഞിന്റെ കാലിലെ അസ്ഥിയുടെ പൊട്ടൽ ഭേദമാകില്ലന്നെനിക്കറിയാം. അതിനു പ്ലാസ്റ്ററിട്ടു മരുന്നു കഴിച്ചു സ്വസ്ഥമായിട്ട് ഇരിക്കണമെന്നുമറിയാം. നമ്മളിവിടിരുന്നു പ്രാർത്ഥിക്കുന്നത് ആ കുഞ്ഞ് അറിയണമെന്നില്ല. അറിഞ്ഞാലും അതിനു മനസ്സിലാകണമെന്നുമില്ല. എന്നാൽ, വിഷമിച്ചിരിക്കുന്ന ആ അമ്മ നമ്മുടെ പ്രാർത്ഥന അറിയുകയാണെങ്കിൽ എന്താണുണ്ടാവുക?

നമ്മളെല്ലാം അവരോടൊപ്പമുണ്ട് എന്നുള്ളൊരു തോന്നൽ അവർക്കുണ്ടാകും. അത് അവർക്കൊരാശ്വാസമായിരിക്കില്ലേ? ഇതും ഒരുതരം സ്ട്രോക്കു കൊടുക്കലാണ്.

കുറേന്നാൾ മുമ്പ് എന്റെ വിവാഹവാർഷികം നടക്കുകയാണ്. സുഹൃത്തുക്കൾക്കും ബന്ധുക്കൾക്കുമായുള്ള സൽക്കാരങ്ങളെല്ലാം കഴിഞ്ഞ്, കിട്ടിയ സമ്മാനങ്ങളെല്ലാം ഞാനും പുലിച്ചേട്ടനും കൂടി മേശമേൽ അടുക്കിവയ്ക്കുകയായിരുന്നു.

ഒന്നുനിക്കണേ ടീച്ചർ, ഏതാ ഈ പുലി?

ഒരാളിന്റെ ചോദ്യം കേട്ടപ്പോൾ ടീച്ചറിന്റെ മുഖത്തൊരു ചമ്മൽ.

'ശ്ശോ ഞാനോർക്കാതെ പറഞ്ഞു പോയതാണേ, ക്ഷമിക്കണം'

ക്ഷമിക്കാം, ടീച്ചർ പറയൂ.

അതിന്റെ പിന്നിലൊരു കഥയുണ്ട്.

എന്റെ ഭർത്താവിന്റെ പേര് പുഷ്പാംഗദൻ. അദ്ദേഹത്തിന് മൂന്ന് അനിയത്തിമാരും ഏറ്റവും താഴെ ഒരനിയനുമാണുള്ളത്. വീട്ടിലെ പല്ലില്ലാത്ത അമ്മൂമ്മ ചേട്ടനെ ചെറുപ്പം മുതലേ വിളിച്ചി

രുന്നത് പുലിപ്പാങ്ങതാ എന്നായിരുന്നു. ഇതു കേട്ടു വളർന്ന ഏറ്റവും ഇളയ അനിയൻ അമ്മുമ്മയെ അനുകരിച്ചു പുലിപ്പാച്ചേട്ടൻ എന്നു വിളിച്ചുപോന്നു. അതു പിന്നീടു ചുരുങ്ങി പുലിച്ചേട്ടൻ എന്നായി. ഈ അനിയനാണ് ഈ വിളിപ്പേരിനു പ്രചാരം കൊടുത്തത്.

ഇപ്പോൾ നാട്ടുകാർക്കിടയിലെ പേരാണ് അതിലും രസകരം. അവർ രണ്ടുപേരും ചേട്ടൻ പുലിയും അനിയൻ പുലിയുമായി. എന്റെ കല്യാണത്തോടു കൂടി ഞാനും പുലിയെ കൂടെക്കൂട്ടി. ഇനിയിപ്പോൾ ഞങ്ങളുടെ മക്കൾക്ക് പുലിയെന്ന പേരു വീഴുമോ എന്നാണു പേടി.

ഞാൻ പറഞ്ഞുവന്നതെന്താണ്, ങാ അങ്ങനെ ഞാനും ചേട്ടനും കൂടി കിട്ടിയ സമ്മാനങ്ങളെല്ലാം മേശമേൽ അടുക്കി വയ്ക്കുകയായിരുന്നു അപ്പോഴാണ് ചേട്ടന്റെ ഏറ്റവും അടുത്ത ഒരു സുഹൃത്തെത്തുന്നത്. നീയൊന്നും കഴിച്ചില്ലല്ലോ, വാ ഊണുകഴിക്കാമെന്നു ചേട്ടൻ. ഊണൊക്കെ കഴിക്കാമെടാ നീ ഇതങ്ങോട്ടു വാങ്ങിക്കൂ എന്നു കൂട്ടുകാരൻ. ഞാനിതെല്ലാം കേട്ടുകൊണ്ട് അടുത്തുതന്നെ നിൽപ്പുണ്ട്. അപ്പോൾ ചേട്ടന്റെ മുഖത്തുകണ്ട സന്തോഷത്തിന് ആയിരം വാട്ട്സ് ബൾബ്ബിന്റെ തെളിച്ചമുണ്ടായിരുന്നു.

'എടാ ഞാനിങ്ങോട്ടു വരുമ്പോഴേ, ആ മെട്രോസ്റ്റേഷനടുത്തുള്ള വലിയ മാളില്ലേ, അവിടെയൊരാൾക്കൂട്ടം കണ്ടു. എന്താണെന്നറിയാനായി വെറുതെ ഒന്നു കയറിയപ്പോൾ അറുപതു ശതമാനം ഡിസ്ക്കൗണ്ടിൽ ഷർട്ടു കൊടുക്കുന്നെന്നറിഞ്ഞു. പിന്നെ ഞാനൊന്നും ആലോചിച്ചില്ല. നിനക്കായിട്ടു രണ്ടെണ്ണമിങ്ങു വാങ്ങി'

അയാൾ ഇതെല്ലാം പറയുന്നത് വലിയ ആവേശത്തിലാണ്.

ഒരുനിമിഷത്തേക്കെന്റെ കണ്ണു ചേട്ടന്റെ മുഖത്തേക്കൊന്നു പാളി. അറിയാതെ കയ്പുള്ളതെന്തോ വായിൽപ്പെട്ടത് ഇറക്കാൻ പറ്റാതെ നിൽക്കുന്നൊരവസ്ഥ ഞാനവിടെ കണ്ടു. നേരത്തേ പ്രകാശിച്ചു നിന്ന ബൾബ്ബ് ഫ്യൂസായതു പോലെ.

എന്താണിവിടെ സംഭവിച്ചത് ?

'വെളുക്കാൻതേച്ചതു പാണ്ടായി ടീച്ചറെ'

സുലോചനയുടെ കമന്റ് കറക്ടാണ്. ഒന്നിനുപകരം രണ്ടു ഷർട്ടു കിട്ടുമ്പോൾ ചേട്ടന് വലിയ സന്തോഷമായിരിക്കുമെന്ന് കൂട്ടുകാരൻ വിചാരിച്ചു കാണും.

അതോർത്ത് കൂട്ടുകാരനു പോസിറ്റീവ് സ്ട്രോക്കും കിട്ടിക്കാണും. പക്ഷേ, ചേട്ടനോ,അതുവരെ ഉണ്ടായിരുന്ന പ്രസന്നതയെല്ലാം പോയി, മുഖം മ്ലാനമായി. കാരണമെന്താ?.

പഴഞ്ചരക്കായതുകൊണ്ടായിരിക്കും അറുപതു ശതമാനം ഡിസ്ക്കൗണ്ടിൽ ഷർട്ടു കിട്ടിയതെന്നു സ്വാഭാവികമായും ചേട്ടൻ വിചാരിച്ചു കാണും. കുറ്റം പറയാൻ കഴിയുമോ, ആരും അങ്ങനെയല്ലേ വിചാരിക്കൂ?

അപ്പോഴുണ്ടായ നിരാശയെന്ന നെഗറ്റീവ് സ്ട്രോക്കു കാരണമാണ് ചേട്ടന്റെ മുഖം മ്ലാനമായത്.

ഇവിടെ ചോദ്യമിതാണ്

നമ്മൾ ഒരാൾക്ക് പോസിറ്റീവ് സ്ട്രോക്കു കൊടുക്കാൻ തീരുമാനിച്ചാൽ അതെങ്ങനെ ആയിരിക്കണം കൊടുക്കേണ്ടത്?

എല്ലാവരും ആലോചനയിൽ ആണ്ടിരിക്കുമ്പോൾ വളരെ നിർദ്ദോഷമായിട്ടാണ് ആശ അതു ചോദിച്ചത്.

'സംഭവിച്ചകാര്യം സത്യസന്ധമായി കൂട്ടുകാരൻ പറഞ്ഞതുകൊണ്ടാണ് ടീച്ചറുടെ ചേട്ടനു നെഗറ്റീവ് സ്ട്രോക്കു കിട്ടിയതെന്നതു ശരിതന്നെ. പക്ഷേ, പോസിറ്റീവ് കൊടുക്കാൻ വേണ്ടി സത്യത്തെ മറച്ചുവയ്ക്കുന്നത് ശരിയാണോ?'

എല്ലാവരുടേയും നോട്ടം ആശയുടെ നേർക്കായി.

പൂർണ്ണമായും ശരിയല്ല. ചില കാര്യങ്ങൾ സത്യമാണെങ്കിൽപ്പോലും അവ സമയവും സന്ദർഭവും നോക്കാതെ പറയുന്നത് നയമില്ലായ്മയാണ്. അതു കേൾക്കുന്ന മറ്റുള്ളവർക്ക് അഹിതങ്ങളായിത്തോന്നാം . ചിലരുടെ ഈ നയമില്ലായ്മ മൂലം പോസിറ്റീവ് എന്നുദ്ദേശിച്ചു കൊടുക്കുന്നത് നെഗറ്റീവായിത്തീരുന്നു.

അതിനാൽ നമ്മളെന്തു ചെയ്യണം?

അഹിതസത്യങ്ങൾ അനവസരത്തിൽ പറയാൻ പാടില്ല.

അപ്പോൾ ഈ സ്ട്രോക്കു കൊടുക്കൽ സൂക്ഷിച്ചു ചെയ്യേണ്ട ഒരു കാര്യമാണ്, അല്ലേ ടീച്ചറേ?

അതെ, വളരെസൂക്ഷിച്ചുചെയ്യേണ്ട ഒരു കാര്യംതന്നെയാണ്. അല്ലെങ്കിൽ അങ്ങനെയുള്ളവർ ആശയവിനിമയങ്ങളിൽ പരാജയപ്പെടും. അതിനേപ്പറ്റി അടുത്ത ക്ലാസ്സിൽ.

ആളറിഞ്ഞുള്ള സ്ട്രോക്ക് നൽകൽ

'ടീച്ചർ ഇന്നു വലിയ സന്തോഷത്തിലാണല്ലോ'. ക്ലാസ്സിലേക്കു കയറിവന്ന ടീച്ചറിന്റെ മുഖത്തു നോക്കി പി.ടി.എ. പ്രസിഡന്റ് അതു പറയുമ്പോൾ, ഒരു ഫൗണ്ടൻപെൻ ഉയർത്തിക്കാട്ടികൊണ്ട് അവർ പറഞ്ഞു തുടങ്ങി.

'ഇതാ, ഇതുകണ്ടോ ജപ്പാൻ പൈലറ്റാണ്. ഇന്നിവിടേക്കു വരുമ്പോൾ അവിചാരിതമായിട്ട് എന്റെ കൂട്ടുകാരിയെ വഴിയിൽവച്ചു കണ്ടു. അഞ്ചു വർഷത്തിനു ശേഷമാണ് ഞങ്ങൾ തമ്മിൽ കാണുന്നത്. അവൾക്കു ജപ്പാനിലാണു ജോലി. ഞാൻ ധാരാളം വായിക്കുകയും എഴുതുകയും ചെയ്യുന്ന ആളാണെന്ന് അവൾക്കറിയാം. അവൾ സമ്മാനിച്ചതാണ് ഈ പേന. എനിക്ക് പേനകളുടെ നല്ലൊരു കളക്ഷനുണ്ടെന്ന് അവൾക്കറിയാം. എന്റെ ഇഷ്ടത്തെ അവൾ ഓർത്തതിനാലാണ് ഇപ്പോൾ ഈ സന്തോഷം. മുഖം മനസ്സിന്റെ കണ്ണാടിയാണെന്നല്ലേ പറയുന്നത്.'

സുഹൃത്തുക്കളുടേയും ബന്ധുക്കളുടേയും പിറന്നാളിനും വിവാഹ വാർഷികത്തിനും മറ്റും പങ്കെടുക്കുമ്പോൾ നമ്മൾ അവർക്കു സമ്മാനങ്ങൾ നൽകാറില്ലേ എന്തിനാണങ്ങനെ ചെയ്യുന്നത്? അവരെ സന്തോഷിപ്പിക്കാനല്ലേ? പക്ഷേ, സന്തോഷത്തിനു പകരം നമ്മുടെ സമ്മാനം അവർക്കു സങ്കടമുണ്ടാക്കിയാലോ, പ്രത്യേകിച്ച് കുഞ്ഞുങ്ങൾക്ക്. ഒരിക്കലങ്ങനെയൊരു സംഭവം നേരിൽ കാണാനിടയായി.

സന്ധ്യാനേരത്തുള്ളൊരു യാത്രാമദ്ധ്യേ എന്റെ സ്കൂട്ടറിന്റെ ആക്സിലറേറ്റർ കേബിൾ പൊട്ടിപ്പോയി. അടുത്തെങ്ങാനുമൊരു മെക്കാനിക്കിനെ കിട്ടുമോ എന്നറിയാനായി ഞാൻ റോഡുവക്കിലുള്ള ഒരു വീട്ടിലേക്കു കയറി. അവിടെ ചെന്നപ്പോൾ, ഞാൻ ക്ലാസ്സെ

ടുക്കാൻ പോകുന്ന സ്കൂളിലെ ഒരു കുട്ടിയുടെ വീടാണതെന്നു മനസ്സിലായി. അവിടെ ആ കുട്ടിയുടെ പിറന്നാളാഘോഷം നടക്കുകയാണ്. എന്റെ ആവശ്യം പറഞ്ഞപ്പോൾ പരിഹാരമുണ്ടാക്കാമെന്നു പറഞ്ഞിട്ട് ഒരതിഥിയേപ്പോലെ അവരെന്നേയും ആഘോഷത്തിരക്കിലേക്ക് കൂട്ടി. മറ്റുപോംവഴി ഇല്ലാത്തതിനാൽ ഞാൻ വഴങ്ങി. ചുരുങ്ങിയ സമയം കൊണ്ട് കുട്ടിയുടെ അമ്മ അവിടെയുണ്ടായിരുന്ന പലരേയും എനിക്കു പരിചയപ്പെടുത്തിത്തന്നു.

കൂട്ടത്തിൽ അവന്റെ മൂന്ന് അമ്മാവൻമാരേയും. ഒരാൾ ചെന്നൈയിൽ വലിയ ടെക്സ്റ്റൈൽ ഡീലർ. മറ്റൊരാൾ ശ്രീനഗറിൽ മിലിറ്ററി ഓഫീസർ. മൂന്നാമത്തെ ആൾ അമേരിക്കയിൽ എൻജിനീയർ.

അമേരിക്കക്കാരനെ അവർ പരിചയപ്പെടുത്തിയപ്പോൾ,ഈ അമ്മാവൻ എന്റെ മോനെ ആദ്യമായിട്ടാണു കാണുന്നതെന്ന് എടുത്തുപറഞ്ഞു. കേക്കു മുറിക്കലും മധുരം വിളമ്പലുമെല്ലാം കഴിഞ്ഞു. ആശംസകളോടൊപ്പം ആശ്ലേഷങ്ങളും നീണ്ടുപോയപ്പോൾ, പിറന്നാളുകാരനായ പത്തുവയസ്സുകാരന് ക്ഷമനശിച്ചു കാണും, അവൻ സമ്മാനപ്പൊതികളുടെ അടുത്തെത്തി. ധാരാളം സമ്മാനക്കെട്ടുകൾ ഉണ്ടായിരുന്നെങ്കിലും അമ്മാവൻമാരുടെ പൊതികളിലാണ് അവൻ ആദ്യം നോട്ടമിട്ടത്.

ചെന്നയിലെ അമ്മാവന്റെ കവർ തുറന്നപ്പോൾ തനിക്കേറ്റവും ഇഷ്ടപ്പെട്ട മെറൂൺ കളറിലുള്ള സഫാരി സൂട്ട്. അതു തന്റെ ദേഹത്തു ചേർത്തുവച്ചിട്ട് കണ്ണാടിയിൽ നോക്കി അവൻ തുള്ളിച്ചാടി. അടുത്ത പൊതി മിലിട്ടറി ഓഫീസറുടേതായിരുന്നു. അതിനുള്ളിൽ രാജസ്ഥാനി സ്റ്റൈലിൽ ചിത്രപ്പണികളുള്ള രാജാപ്പാർട്ടു പാദുകങ്ങൾ. അവനതിൽ കാൽ തിരുകി. സന്തോഷാധിക്യത്താൽ വീണ്ടും അവൻ അടുത്ത പാക്കറ്റിനടുത്തേക്കു നീങ്ങി.

അത് അമേരിക്കയിൽനിന്നെത്തിയ അമ്മാവന്റേതായിരുന്നു. അതിൽ നിന്നെടുത്ത മിന്നിത്തിളങ്ങുന്ന സിൽക്കുകുപ്പായവുമായവൻ കണ്ണാടിയുടെ മുന്നിലെത്തി. തീരെ ചെറിയ അളവിലുള്ള ആ കുപ്പായം അണിയാൻ കഴിയാതെ വന്നപ്പോൾ, അതുവരെ അവനുണ്ടായിരുന്ന എല്ലാ ഉണർവും പോയി. നിലത്ത് അമർത്തിച്ചവിട്ടി തന്റെ ദുഃഖവും ദേഷ്യവും തീർക്കുന്ന കാഴ്ചയാണ് പിന്നീടവിടെ കണ്ടത്.

'എന്നിട്ടെന്തുണ്ടായി ടീച്ചറേ?'

അപ്പോഴേക്കും ആ വീട്ടുകാർ വിളിച്ചു പറഞ്ഞതനുസരിച്ച് ഒരു മെക്കാനിക്ക് ആക്സിലറേറ്റർകേബിളുമായി അവിടെ വന്നു. അങ്ങനെ ഞാനാരംഗം വിട്ടൊഴിഞ്ഞു.

അയാൾക്ക് ആ കുട്ടിയുടെ ഷർട്ടിന്റെ അളവ് അന്വേഷിക്കാമായിരുന്നില്ലേ?

'അതിലേക്കു ഞാൻ വരികയാണ്. സമ്മാനങ്ങളിലൂടെ സ്ട്രോക്കുനൽകാൻ ശ്രമിക്കുമ്പോൾ അതു ലഭിക്കേണ്ടയാളിനു പ്രയോജനപ്പെടുമോ എന്നാണു നോക്കേണ്ടത്'

'അതായത് സമ്മാനം കൊടുക്കുന്ന ആളിന്റെ താൽപ്പര്യമല്ല നോക്കേണ്ടതെന്നു സാരം, അല്ലേ ടീച്ചർ?'

അതെ, ഈ അവസരത്തിൽ എന്റെ അമ്മുമ്മയുടെ ഒരുവിവാഹ വാർഷികം ഓർത്തുപോവുകയാണ് ഞാൻ.

കഥയാണെങ്കിൽ ഇനിയൊരു ഇടവേള കഴിഞ്ഞിട്ടാകാം ടീച്ചർ.

ശരി, അങ്ങനെയാകട്ടെ.

നെഗറ്റീവ് സ്ട്രോക്കുമായെത്തുന്ന സമ്മാനങ്ങൾ

കുറേ വർഷങ്ങൾക്കുമുമ്പ് ഞങ്ങളുടെ അമ്മുമ്മയുടെ അൻപതാം വിവാഹവാർഷികം നടക്കുകയാണ്. മക്കളും മരുമക്കളും കൊച്ചുമക്കളുമെല്ലാം എത്തിയിട്ടുണ്ട്. ഓരോരുത്തരും കൊണ്ടുവന്ന സമ്മാനങ്ങൾ അമ്മുമ്മയുടെ മുന്നിൽ നിരത്തി. അവ ഓരോന്നോരോന്നായി അമ്മുമ്മ എടുത്തു കാണുകയാണ്.

തലയിൽ തേക്കാൻ കയ്യോന്നിയിട്ടു കാച്ചിയ വെളിച്ചെണ്ണ, ദേഹത്ത് തേച്ചു കുളിക്കാൻ കുഴമ്പ്, ചന്ദനസോപ്പ്, രാസ്നാദിപ്പൊടി, മുണ്ടും നേര്യതും തുടങ്ങി തലയിൽ ചൂടാൻ മല്ലപ്പൂമാലവരെ അക്കൂട്ടത്തിലുണ്ടായിരുന്നു. ഓരോന്നും കണ്ടു മനസ്സ് സന്തോഷത്തിന്റെ പോസിറ്റീവ് സ്ട്രോക്കുകൾ കൊണ്ടു നിറയുമ്പോൾ അതാ വരുന്നു മറ്റൊരു കൊച്ചുമോൻ. വന്നയുടൻതന്നെ അമ്മുമ്മയെ കെട്ടിപ്പിടിച്ചുമ്മവച്ചു. കയ്യിലിരുന്ന വലിയ ഒരു പൊതിക്കെട്ട് അമ്മുമ്മയുടെ മുന്നിൽ വച്ചു. പൊതിക്കുള്ളിലെ നന്നായി അലങ്കരിച്ച പെട്ടി തുറന്നു നോക്കിയ അമ്മൂമ്മ സന്തോഷംകൊണ്ട് അറിയാതെ ഹായ് എന്നുറക്കെ പറഞ്ഞുപോയെങ്കിലും എന്തോ അബദ്ധം പറ്റിയതുപോലെ ശബ്ദം ഒതുക്കിക്കൊണ്ടു കൈവിരൽ കടിച്ചുനിന്നു.

എന്നെയങ്ങോട്ടെടുത്തില്ലേൽ ഞാനിപ്പോൾ കരയുമെന്നു പൊതിക്കുള്ളിലിരുന്നു ടൂട്ടി-ഫ്രൂട്ടി ഐസ്ക്രീം പറയുംപോലെ അമ്മൂമ്മയ്ക്കു തോന്നി.

കൊതി അടക്കാനാവാതെ വായിലൂറിയ വെള്ളം ഇറക്കിക്കൊണ്ട് ഐസ്ക്രീമിനു നേരേ വീണ്ടും കൈനീട്ടുന്നതിനിടയിൽ അമ്മൂമ്മയുടെ കണ്ണുകൾ ധൃതിയിൽ അപ്പൂപ്പന്റെ മുഖത്തേക്കു പാഞ്ഞു. അവിടെ ഒരു നിരോധനാജ്ഞ ജ്വലിക്കുന്നതു കണ്ടപ്പോൾ നീട്ടിയ കൈ പെട്ടെന്നു പിൻവലിച്ചു. എന്നിട്ട് നിരാശയോടെ

കൊച്ചുമകനെ നോക്കി. കാര്യമറിയാനായ് എന്തുപറ്റി അമ്മൂമ്മേ എന്നു കൊച്ചുമകൻ ചോദിക്കുമ്പോൾ അമ്മൂമ്മ വീണ്ടും അപ്പൂപ്പനെ നോക്കി.

രണ്ടുപേരുടേയും കണ്ണേറുകൾ കണ്ടുകൊണ്ടിരുന്ന കൊച്ചുമകനും അപ്പൂപ്പനെ നോക്കി.

അതുകണ്ടപ്പോൾ അപ്പൂപ്പൻ 'എടാ മോനേ, അവൾക്കു കടുത്ത പ്രമേഹമാണ്. ദിവസവും രണ്ടുനേരം ഇൻസുലിൻ ഇൻജക്ഷൻ എടുക്കുന്നുണ്ട്'.

അമ്മൂമ്മ നിരാശയുടെ പടുകുഴിയിലായി. അതുവരെ ഉണ്ടായിരുന്ന സന്തോഷത്തിന്റെ പോസിറ്റീവ് സ്ട്രോക്കുകൾക്കുമേലേ നിരാശയുടെ നെഗറ്റീവ് സ്ട്രോക്കുകൾ വന്നുവീണു.

ഇനിയും നിങ്ങൾക്കായുള്ള ചോദ്യമാണ്. അമ്മൂമ്മയെ ഈ അവസ്ഥയിലെത്തിച്ചതാരാണ്?

അപ്പൂപ്പനോ, അതോ കൊച്ചുമോനോ?

'കൊച്ചുമോൻ തന്നെ ടീച്ചറെ. കാര്യങ്ങൾ സൂക്ഷ്മമായി വിശകലനം ചെയ്യുന്ന രാധമ്മ പറഞ്ഞുതുടങ്ങി. 'അമ്മൂമ്മയ്ക്ക് ഐസ്ക്രീം കഴിക്കാൻ പറ്റുമോ എന്ന് കൊച്ചുമോൻ അന്വേഷിക്കണമായിരുന്നു. ഇപ്പോൾ മിക്ക ആളുകൾക്കും ഷുഗറല്ലേ. ചിലപ്പോൾ അവൻ ഐസ്ക്രീം ഭ്രാന്തനായിരിക്കും'.

ചേച്ചി പറഞ്ഞതു നേരാണ്. ചെറുപ്പംമുതലേ എനിക്കവനെ അറിയാം. ഐസ്ക്രീം കിട്ടിയാൽ മൂന്നുനേരവും അവനതുതന്നെ കഴിക്കും. അതുമാത്രമോ, ഇപ്പോൾ അവന്റെ ജോലി ഐസ്ക്രീം കമ്പനിയിലും. അവന്റെ ഇഷ്ടവും സൗകര്യവും മാത്രമേ അവൻ നോക്കിയുള്ളൂ.

'ടീച്ചറേ അവൻ ഒരു പാക്കറ്റ് ഐസ്ക്രീമല്ലേ കൊണ്ടുവന്നുള്ളു, അതേതായാലും നന്നായി. ആശ്വസിക്കുന്നതുപോലെയാണ് രാധമ്മ അതു പറഞ്ഞത്'.

അതെന്താ ചേച്ചീ നിങ്ങളങ്ങനെ പറഞ്ഞത്?

അല്ലാ, ഒരു പാക്കറ്റിന്റെ സ്ഥാനത്ത് നാലഞ്ചു പാക്കറ്റായിരുന്നെങ്കിൽ, അതെല്ലാം കണ്ടിട്ട് അമ്മുമ്മയുടെ നിരാശ ഏറെ കൂടുമായിരുന്നല്ലോ എന്നോർത്തു പറഞ്ഞതാ ടീച്ചറെ.

അതേ, ഒരിനത്തിൽപ്പെട്ട സമ്മാനങ്ങൾ ഒന്നിലേറെ ലഭിക്കുന്നതും പ്രശ്നമാണ്. അങ്ങനെയും എനിക്കൊരനുഭവമുണ്ടായിട്ടുണ്ട്.

കേട്ടിരുന്ന രസികനായ രക്ഷാകർത്താവ് 'ദേ പിന്നെയും കഥ' എന്നുറക്കെ പറയുമ്പോൾ അവിടമാകെ ചിരികൾ കൊണ്ടുലഞ്ഞു.

'ഒരിക്കൽ അകലെയുള്ള ഒരു ചേച്ചിയുടെ ഗൃഹപ്രവേശത്തിനു ഞങ്ങൾക്കു ക്ഷണം വന്നു. വീടുപണി നടക്കുന്ന സമയത്ത് ആർക്കും സാമ്പത്തികബുദ്ധിമുട്ടുണ്ടാകും എന്നുള്ള അനുഭവത്തിന്റെ വെളിച്ചത്തിൽ, ഞങ്ങൾ ആ ചേച്ചിക്കുള്ള സമ്മാനം പണമായി നൽകാൻ തീരുമാനിച്ചു. പക്ഷേ, പണം സമയത്തു ലഭിക്കാതിരുന്നതിനാൽ ഗൃഹപ്രവേശദിവസം പോകാൻ കഴിഞ്ഞില്ല. ഞങ്ങൾ രണ്ടുദിവസം കഴിഞ്ഞാണു അവിടെ എത്തുന്നത്. എന്നെ കണ്ടമാത്രയിൽതന്നെ അവിടത്തെ ചേച്ചി ഓടിവന്നു കെട്ടിപ്പിടിച്ചു ഗൃഹപ്രവേശ വിശേഷങ്ങൾ പറയാൻ തുടങ്ങി. 'ഹോ, എന്റെ ശോഭേ ഇന്നലെവരെ ഇവിടെ ആളുകളുടെ തിക്കും തിരക്കുമായിരുന്നു. ജോലിപ്പാടുകാരണം മൂന്നു ദിവസമായിട്ട് ഒന്നിരിക്കാൻ പോലും നേരം കിട്ടുന്നില്ല. ഇപ്പോൾ നിന്നെ കണ്ടപ്പോൾ എന്തെന്നില്ലാത്ത ഒരാശ്വാസം കിട്ടിയതുപോലെ. നീ ഇന്നു പോകണ്ടാ'. പാതി സമ്മതത്തോടെ ഞാൻ ചേച്ചിയെ സഹായിച്ചുകൊണ്ട് ഒപ്പംകൂടി. ഊണെല്ലാം കഴിഞ്ഞു വീട്ടുവിശേഷങ്ങൾ പറഞ്ഞിരുന്നപ്പോൾ ഏന്തോ ഓർത്തിട്ടെന്ന പോലെ ചേച്ചി 'ശോഭേ നീ ആ ഇരിക്കുന്ന കെട്ടുകളെല്ലാം കണ്ടോ, എല്ലാം പ്രസന്റേഷനുകളാ. നീ പോകുന്നതിനു മുമ്പ് നമുക്കതെല്ലാമെടുത്ത് എവിടെയെങ്കിലും ഒന്നൊതുക്കി വയ്ക്കണം'.

അത്താഴമൂണു കഴിഞ്ഞ് ഞങ്ങൾ രണ്ടുപേരുംകൂടി കെട്ടുകളോരോന്നും തുറക്കാൻ തുടങ്ങി.

പൊതികൾ അഴിച്ചുതുടങ്ങിയപ്പോൾ ചേച്ചിയിൽ ഉണ്ടായിരുന്ന സന്തോഷം പിന്നീട് ചില പൊതികളഴിക്കുമ്പോൾ കുറയാൻ തുടങ്ങി. അവസാനത്തെ പൊതിയഴിച്ചപ്പോഴേക്കും ഏതോ നിരാശ ബാധിച്ചപോലെ ചേച്ചി ഒരിടത്തിരിപ്പായി. അപ്പോഴാണ് ഞാൻ ആ സമ്മാനങ്ങളെ ശരിക്കും ശ്രദ്ധിക്കുന്നത്. ഒരറ്റത്തുനിന്നും ഇനം തിരിച്ചുള്ള കണക്കെടുത്തു ഞാൻ പറഞ്ഞു തുടങ്ങി. കപ്പും സോസറും പത്തു സെറ്റ്, ജ്യൂസ് പകരുന്ന ഗ്ലാസുകൾ ആറു സെറ്റ്, പ്ലാസ്റ്റിക് ട്രേകൾ അഞ്ചു്, ചില്ലിട്ടു ഫ്രെയിം ചെയ്ത ആശംസകൾ പതിമൂന്ന്, സാരി രണ്ട്, ഷർട്ട് മൂന്ന്, ബെഡ്ഷീറ്റ് ഒന്ന്, പ്ലാസ്റ്റിക് പൂക്കൾ നിറച്ച കണ്ണാടിക്കൂട്ടുകൾ പതിമൂന്ന് , ടൈംപീസ്

ഇരുപത്തിയൊന്ന്, ക്ലോക്ക് ഏഴ്, പൂപ്പാത്രത്തിൽ വെയ്ക്കാനുള്ള പ്ലാസ്റ്റിക് പൂക്കളുടെ കെട്ടുകൾ പതിനെട്ട്. ആകെ തൊണ്ണൂറ്റി ഒൻപത്. അതു കേട്ട ചേച്ചി ഞേ! തൊണ്ണൂറ്റൊൻപതോ എന്നു ചോദിച്ച് ഒരേങ്ങൽ. ആവശ്യമില്ലാത്ത ഈ കണ്ണാടിക്കൂടുകളും പ്ലാസ്റ്റിക്പൂക്കളും കൊണ്ട് ഞാനെന്തു ചെയ്യാനാ ശോഭേ, ഇതെല്ലാം എവിടെക്കൊണ്ടുപോയി വെയ്ക്കും എന്നെല്ലാമുള്ള ആശങ്ക ആ ഏങ്ങലിൽ ഉണ്ടായിരുന്നു. നിരാശയുടെ നെഗറ്റീവ് സ്ട്രോക്കുമായി ചേച്ചി അന്നു രാത്രിയിൽ തലയ്ക്കു കൈകൊടുത്തു് വിഷമിച്ചു ചാരിയിരിക്കുന്ന കാഴ്ച പലപ്പോഴും ഞാനോർക്കും, പ്രത്യേകിച്ച് ഒരാളിന് എന്തെങ്കിലും സമ്മാനങ്ങൾ കൊടുക്കേണ്ടതായി വരുമ്പോൾ.

എനിക്കു ജപ്പാൻപൈലറ്റുപേന കിട്ടിയതുൾപ്പടെ നിങ്ങൾ നാല് കഥകൾ കേട്ടല്ലോ. ഇന്നത്തെ ക്ലാസ്സ് ഇവിടെ അവസാനിക്കുകയാണ്.

അതിനുമുമ്പായി നിങ്ങളോടായിട്ടുള്ള ചോദ്യങ്ങൾ

1) നമ്മൾ മറ്റുള്ളവർക്ക് സമ്മാനങ്ങൾ നൽകുന്നതിന്റെ ഉദ്ദേശമെന്താണ്?

മറ്റുള്ളർക്കു സന്തോഷത്തിന്റെ സ്ട്രോക്കു ലഭിക്കാൻ

2) എങ്ങനെയാണ് സമ്മാനങ്ങൾ തെരഞ്ഞെടുക്കേണ്ടത്?

സമ്മാനങ്ങൾ ലഭിക്കേണ്ടയാളിന്റെ ആവശ്യവും അഭിരുചിയും അറിഞ്ഞു വേണം അവ തെരഞ്ഞെടുക്കാൻ.

3) അങ്ങനെയല്ലെങ്കിൽ എന്താണു സംഭവിക്കുക?

വെളുക്കാൻ തേച്ചതു പാണ്ടായെന്നു പറഞ്ഞതുപോലെ, സന്തോഷിപ്പിക്കാൻ ശ്രമിച്ചത് അവരിൽ സന്താപത്തിനിടയാക്കും.

4) അങ്ങനെ സന്താപത്തിനിടയായാൽ എന്താണു സംഭവിക്കുക?

സമ്മാനം സ്വീകരിച്ചയാളിനു അതു നൽകിയവരോട് സ്നേഹത്തിനു പകരം നീരസമോ വെറുപ്പോ തോന്നിയേക്കാം.

നിങ്ങൾ പറഞ്ഞതെല്ലാം ശരിതന്നെ. അവസാന ചോദ്യം

(5) സമ്മാനങ്ങൾ എന്താണ്? എന്തിനാണ്?

കാര്യമാത്രപ്രസക്തമായി മാത്രം സംസാരിക്കുന്ന കമലയാണതിനുത്തരം നൽകിയതു്

ബന്ധങ്ങൾ ഊഷ്മളമായി നിലനിർത്താനുള്ള ഒരു മാർഗ്ഗമാണ് സമ്മാനം നൽകൽ.

സമ്മാനങ്ങളിലൂടെ കൈമാറുന്നത് സ്നേഹ സന്ദേശമാണ്. അത് ഒരുതരം ആശയവിനിമയം കൂടിയാണ്.

ൊ

സമ്മാനങ്ങൾ സ്വീകരിക്കുമ്പോൾ

ഗുഡ്മോണിംഗ് ഫ്രണ്ട്സ് എന്നു പറഞ്ഞു കൊണ്ടെത്തിയ ശോഭ ടീച്ചർ അന്നൊരു ചോദ്യത്തോടെയാണ് ക്ലാസ്സ് ആരംഭിച്ചത്.

കഴിഞ്ഞൊരു ക്ലാസ്സിൽ ഔചിത്യബോധത്തെപ്പറ്റി പറഞ്ഞിരുന്നില്ലേ? എന്താണതിനർത്ഥം? ആർക്കെങ്കിലും പറയാമോ?

സന്ദർഭത്തിനനുയോജ്യമായ രീതിയിൽ സംസാരിക്കുകയും പ്രവർത്തിക്കുകയും ചെയ്യാനുള്ള ഒരു ബോധം നമ്മളിൽ ഉണ്ടായിരിക്കണമെന്നല്ലേ അന്നു ടീച്ചർ പറഞ്ഞത്?

അതേ, ഇന്നു പറയാനൊരുങ്ങുന്നത് അങ്ങനെയുള്ള ബോധവുമായി ബന്ധപ്പെട്ട ഒരു സംഭവമാണ്.

ജയ്പ്പൂരിൽ ജോലിചെയ്തിരുന്ന അനുജൻ ഒരിക്കൽ എന്റെ വിവാഹ വാർഷികത്തിന് വന്നപ്പോൾ ഒപ്പം ഭാര്യയായ രാജസ്ഥാനി പെൺകുട്ടിയും ഉണ്ടായിരുന്നു. വിവാഹശേഷം അവരെന്റെ വീട്ടിലെത്തുന്നത് ആദ്യമായിട്ടായിരുന്നു. വർണ്ണങ്ങളുടേയും അലങ്കാരപ്പണികളുടെയും ധാരാളിത്തമുള്ള തിളങ്ങുന്ന വേഷവിധാനത്തിൽ പരസ്യമോഡലുകളെപ്പോലെ വന്നെത്തിയ അവൾ എന്റെ പാദം തൊട്ടുവണങ്ങിക്കൊണ്ട് ഏറെ ഭംഗിയുള്ള വലിയൊരു കവർ എന്റെ കൈയിലേക്കു തന്നു. കവറിനു നല്ലഭാരം തോന്നിയപ്പോൾ സന്തോഷത്താൽ എന്റെയുള്ളിൽ പോസിറ്റീവ് സ്ട്രോക്കിന്റെ തിരകളുയർന്നു. എന്താണിത്ര ഭാരമെന്നറിയാനായി ഞാൻ കവർ തുറക്കാൻ തുടങ്ങുമ്പോഴാണ് അമ്മ അവിടെക്കു വരുന്നത്. പിള്ളാരേ മണിയൊന്നരയായി ഇനിയെല്ലാം ഊണു കഴിച്ചിട്ടുമതി. വേഗം ഊണുകഴിച്ചെത്തിയ ഞാൻ കവർതുറന്നു. ഹായ് അതിനുള്ളിൽ വർണക്കടലാസിൽ പൊതിഞ്ഞ, ആശംസകളെഴുതിയ മറ്റൊരു കവർ.

ഏറെ സന്തോഷത്തോടെ ആ കവറും ഞാൻ പൊളിച്ചു. അതിനുള്ളിൽ മുത്തുകൾ കൊണ്ടലങ്കരിച്ച തിളങ്ങുന്ന ഒരു വസ്ത്രം. പുറത്തേക്കെടുത്തപ്പോൾ ഭാരമേറിയൊരു ചുരിദാറാണെന്നു മനസ്സിലായി. ഞാനൊന്നേ നോക്കിയുള്ളു. അതുവരെ ഉണ്ടായിരുന്ന എല്ലാ സന്തോഷവും പോയി. എന്റെ മുഖഭാവം കണ്ടിട്ടായിരിക്കും അനിയന്റെ ഭാര്യ ചോദിച്ചു, ക്യാ ഹുവാ ദീദീ? എന്താ ചേച്ചീ ഇഷ്ടപ്പെട്ടില്ലേയെന്നാണു ചോദ്യമെന്നെനിക്കു മനസ്സിലായി. ഞാനൽപ്പമൊന്നു പരുങ്ങിയെങ്കിലും ഏറെ ഇഷ്ടമാണെന്നവളെ അറിയിക്കാനായി ചുരിദാറിനെ വേഗം മാറോടു ചേർത്തുപിടിച്ചു. എന്നിട്ടു പ്രസന്നതയോടെ അതിനൊരുമ്മയും കൊടുത്തു ചുരിദാർ എനിക്കൊത്തിരി ഇഷ്ടമായെന്നു കരുതി. അവർ- അനുജനും ഭാര്യയും-നന്നായി ചിരിച്ചു.

ഇത്രനാളും സാരി മാത്രം ഉപയോഗിച്ചുശീലിച്ച എന്റെ കയ്യിലിരുന്ന് ചുരിദാറിലെ മുത്തുകളൊന്നു കിലുങ്ങി. 'ഞങ്ങളോടൊപ്പം കൂടുന്നില്ല അല്ലേ? എന്നു ചോദിക്കും പോലെയുള്ള ആ കിലുക്കം കേട്ടപ്പോൾ അവ എന്റെ മനസ്സു വായിച്ചെന്നെനിക്കു തോന്നി. ഒട്ടും ദയ ഇല്ലാതെ അവയോടു മനസ്സാൽ പറഞ്ഞു 'ഇല്ല, ഒരിക്കലും നിങ്ങളോടൊപ്പമില്ല'. എന്റെ സന്തോഷമെല്ലാം പോയത് ചുരിദാറിന്റെ മുത്തുകൾക്കു പോലും മനസ്സിലായി. ഇത്രനാളും ഞാൻ സാരി മാത്രമേ ഉപയോഗിച്ചിട്ടുള്ളുവെന്ന് അനുജനറിയാമായിരുന്നിട്ടും ഇങ്ങനെ സംഭവിച്ചല്ലോ എന്നോർത്തപ്പോൾ വിഷമം കൂടി. പക്ഷേ, ഞാനതു പുറത്തു കാട്ടിയില്ല. സമ്മാനപ്പൊതി കൈയിലേറ്റപ്പോൾ കിട്ടിയ പോസിറ്റീവ് സ്ട്രോക്കുകളെല്ലാം ഈ വിഷമത്താൽ കുഴിച്ചുമൂടപ്പെട്ടു. ഞാൻ ചുരിദാറുപയോഗിക്കാത്ത കാര്യം നിനക്കറിയില്ലേയെന്ന് അനിയനോടു ചോദിച്ചു കുറ്റപ്പെടുത്താമായിരുന്നു.

പക്ഷേ, അങ്ങനെ ചോദിച്ചില്ല.

എന്താ കാരണം? ആർക്കു പറയാം?

'ചേച്ചിക്കു സമ്മാനം കൊടുത്തതിൽ ഏറെ സന്തോഷിച്ചിരിക്കുന്ന അനിയനേയും ഭാര്യയേയും പെട്ടെന്നു സങ്കടാവസ്ഥയിലാക്കേണ്ടാ എന്നോർത്തതു കൊണ്ടല്ലേ ടീച്ചർ?

അതേ, ഇവിടെ രണ്ടു കാര്യങ്ങളാണു സംഭവിച്ചത്.

1) എനിക്കു സന്തോഷം നൽകാനായുള്ള ശ്രമത്തിന്റെ

ഭാഗമായി അവർ സമ്മാനം തെരഞ്ഞെടുത്തപ്പോൾ, ആ പ്രവൃത്തി വിവേകപൂർവ്വം ആകാതിരുന്നതിനാൽ എനിക്കു ലഭിക്കേണ്ടിയിരുന്ന പോസിറ്റീവ് സ്ട്രോക്ക് നഷ്ടമായി, പകരം നെഗറ്റീവ് സ്ട്രോക്ക് ലഭിച്ചു .

2) ചുരിദാർ എനിക്കിഷ്ടമല്ലാതിരുന്നിട്ടും ഇഷ്ടപ്പെട്ടു എന്നു പറഞ്ഞു ഞാൻ സന്തോഷഭാവം പ്രകടിപ്പിച്ചു. അതിന്റെ ഫലമായി അവരിലെ സന്തോഷത്തിനുമേൽ വിഷമത്തിന്റെ നെഗറ്റീവ് സ്ട്രോക്കുകൾ വീഴ്ത്താതിരിക്കാൻ എനിക്കു കഴിഞ്ഞു.

അപ്പോൾ വീണ്ടുമൊരു ചോദ്യമുയരുന്നു. സമ്മാനങ്ങൾ സ്വീകരിക്കുന്നവർ ശ്രദ്ധിക്കേണ്ടതെന്താണ്?

രാധമ്മയാണതിനുത്തരം നൽകിയത്. 'അകന്ന ബന്ധത്തിൽപ്പെട്ട ഒരാൾ മകളുടെ വിവാഹത്തിനു ക്ഷണിക്കാനായി ഒരിക്കൽ വീട്ടിലെത്തിയിരുന്നു. വീട്ടുവിശേഷങ്ങൾ പറഞ്ഞതിനൊപ്പം അവർ തന്റെ ഇല്ലായ്മകളും പറഞ്ഞു. അതുകേട്ടിട്ട് വീട്ടിലുണ്ടായിരുന്ന നാളീകേരത്തിൽ നിന്നും അൻപതെണ്ണം ഞാനവർക്കു സൗജന്യമായി കൊടുത്തു. പിന്നീട് അവരെ കണ്ടപ്പോൾ വിവാഹ വിശേഷങ്ങൾ ചോദിച്ചു. 'ഓ എന്തോ പറയാനാ അന്നത്തെ നാളീകേരത്തിൽ അഞ്ചെണ്ണം പേടായിരുന്നു' എന്നായിരുന്നു അവരുടെ മറുപടി. ഈ അനുഭവത്തിന്റെ വെളിച്ചത്തിൽ ഞാൻ പറയാം, സമ്മാനം സന്തോഷത്തോടെയാണു സ്വീകരിക്കുന്നതെന്ന് അവ നൽകിയവരെ ബോദ്ധ്യപ്പെടുത്താനുള്ള ഔചിത്യബോധം സമ്മാനം സ്വീകരിക്കുന്നവർക്കുണ്ടാകണം'.

ശരിയാണു ചേച്ചീ, അതോടൊപ്പം ഒരു കാര്യംകൂടി മനസ്സിലാക്കണം, സമ്മാനങ്ങൾ നൽകുന്നതിലൂടെ നമ്മൾ പകർന്നു നൽകുന്നത് സ്നേഹമാണ്. സംഭാഷണങ്ങൾ പോലെ തന്നെ ഇതും ഒരുതരം ആശയവിനിമയമാണ്. അങ്ങനെയുള്ള ആശയ വിനിമയങ്ങളാണ് നല്ല ബന്ധങ്ങളെ ഉണ്ടാക്കുന്നതും നില നിർത്തുന്നതും.

അപ്പോൾ ബന്ധങ്ങളെ വഷളാക്കുന്ന ആശയ വിനിമയങ്ങളും കാണുമല്ലോ ടീച്ചർ? കമലയൊരു സംശയം ഉന്നയച്ചു.

അതിനേപ്പറ്റി അടുത്ത ക്ലാസ്സിൽ പറയുന്നതായിരിക്കും.

ബന്ധങ്ങൾ വഷളാക്കുന്നവർ

ബന്ധങ്ങൾ വഷളാക്കുന്ന ആശയവിനിമയം ഉണ്ടോ എന്നാണ് കഴിഞ്ഞ ക്ലാസ്സിൽ കമല സംശയം ഉന്നയിച്ചത്. വ്യക്തികൾ തമ്മിലല്ല, രാഷ്ട്രങ്ങൾ തമ്മിൽപോലും ബന്ധങ്ങൾ വഷളാകുന്നത് ആശയവിനിമയങ്ങളിലെ തന്ത്രമില്ലായ്മ കൊണ്ടാണ്. എല്ലാ രാജ്യങ്ങൾക്കും നയതന്ത്ര വിഭാഗവും അതു കൈകാര്യം ചെയ്യാൻ വിദഗ്ദ്ധരുമുണ്ട്. നല്ല ബന്ധങ്ങൾ സൃഷ്ടിക്കാൻ നല്ല രീതിയിലുള്ള ആശയവിനിമയം അനിവാര്യമാണ്.

ആശയവിനിമയം എപ്പോഴും ഒരു കലയാണ്. ജീവിതവിജയത്തിനായി അതു നമ്മൾ പരിശീലിക്കേണ്ടിയിരിക്കുന്നു.

എനിക്കൊരമ്മാവനുണ്ടായിരുന്നു. ചെറുപ്പത്തിൽ എന്നെ എടുത്തുകൊണ്ടുനടന്ന ആളാണെന്നു പറഞ്ഞ്, എന്റെ മേൽ എല്ലാ കാര്യത്തിനും ആധിപത്യം സ്ഥാപിക്കാൻ ശ്രമിക്കുന്ന രീതിയിലാണ് അദ്ദേഹത്തിന്റെ പെരുമാറ്റം. ശാപ്പാടുപ്രിയനായ അമ്മാവൻ ഏറെനാൾക്കു ശേഷം എന്റെ വീട്ടിൽ വന്നു. നന്നായൊന്നു സൽക്കരിക്കാനായി വിഭവസമൃദ്ധമായൊരു സദ്യ ഞാനൊരുക്കി. എനിക്ക് ഏറെ ഇഷ്ടമുള്ളൊരു ജോലിയാണ് പാചകം. പാകംചെയ്ത വിഭവങ്ങൾ മറ്റുള്ളവർക്കു വിളമ്പിക്കൊടുത്ത് ഊട്ടിക്കുന്നത് അതിനേക്കാൾ സന്തോഷമുള്ളൊരു കാര്യമാണ്. അതിലൂടെ പോസിറ്റീവ് സ്ട്രോക്കു കണ്ടെത്തുന്നതും എന്റെ സ്വഭാവമാണ്. ഊണു കഴിച്ചുകൊണ്ടിരുന്ന അമ്മാവന്റെ മുന്നിൽ അടുത്തിരുന്നു ഞാൻ ചോദിച്ചു.

'എന്റെ പാചകം എങ്ങനെയുണ്ട്?' ഒട്ടും താമസിച്ചില്ല അമ്മാവന്റെ ഉത്തരം ഒരു ചോദ്യശരമായിട്ടെന്റെ നേർക്കെത്തി.

'ഞാൻ കഴിക്കുന്നതു കണ്ടാൽ നിനക്കു മനസ്സിലാവില്ലേ?' അതു കേട്ടപ്പോൾ ആദ്യമെനിക്കൊന്നും മനസ്സിലായില്ല. പക്ഷേ, ശ്രദ്ധിച്ചപ്പോൾ, വിഭവങ്ങളെല്ലാം ചേർത്ത് അമ്മാവൻ ആസ്വദിച്ചിരുന്നു വെട്ടിവിഴങ്ങുകയാണെന്നു മനസ്സിലായി.

ഇങ്ങനെയാണു ചിലർ. നമ്മുടെ സേവനങ്ങൾ സ്വീകരിച്ചിട്ട് ഒരു നല്ലവാക്കുപോലും പറയില്ല. ഒരു നല്ലവാക്കിലൂടെ പോസിറ്റീവ് സ്ട്രോക്ക് പ്രതീക്ഷിച്ച എനിക്ക് അമ്മാവനിൽ നിന്നും കിട്ടിയതോ, ക്രുദ്ധമായൊരു മറുചോദ്യം മാത്രം.

ചിലരുടെ ആശയവിനിമയം അങ്ങനെയാണ്. നമ്മളൊന്നു ചോദിച്ചാൽ അതിനുത്തരമായി തിരിച്ചിങ്ങോട്ടൊരു ചോദ്യമാണുണ്ടാവുക. ഇതു പറയുമ്പോൾ ഞാനെന്റെ രണ്ടു കൂട്ടുകാരുടെ കാര്യം ഓർത്തു പോവുകയാണ്. ഒരു ദിവസം അവരോടൊപ്പം ഞാനുള്ളപ്പോൾ അതിലൊരുത്തി മറ്റേ ആളിനോടു ചോദിച്ചു, 'എടീ, നിന്റെ നാട്ടിലുള്ളവരോട് ആരെങ്കിലും എന്തെങ്കിലും ചോദിച്ചാൽ ഉത്തരം പറയുന്നതിനു പകരം തിരിച്ചൊരു ചോദ്യം ചോദിക്കലാണു പതിവെന്നു കേൾക്കുന്നു ശരിയാണോ?' അപ്പോൾ രണ്ടാമത്തവൾ - അതു നിന്നോടാരാടീ പറഞ്ഞത്?

ഒരുനിമിഷം ടീച്ചർ ഒന്നു നിറുത്തി. അതിനിടയിൽ ഈ കൂട്ടുകാരികളുടെ സംസാരത്തിലെ തമാശ ആസ്വദിച്ചവരുടെ ചിരിയലകൾ അവിടെയാകെ തെറുത്തു കയറി.

അമ്മാവൻ അന്നു തിരിച്ചുപോയില്ല. അന്നും ഇന്നും ഞങ്ങളുടെ വീട്ടിൽ രാത്രിയിൽ എല്ലാവർക്കും ആഹാരം കഞ്ഞിയാണ്. സന്ധ്യ കഴിഞ്ഞപ്പോൾ ഞാൻ അമ്മാവനോടു ചോദിച്ചു

'അമ്മാവനു കഞ്ഞി എടുക്കട്ടേ?'

അതിന്റെ മറുപടി ഉച്ചക്കുണ്ടായതിനേക്കാൾ കടുപ്പത്തിലുള്ളതായിരുന്നു.

'ഞാൻ രാത്രിയിൽ കഞ്ഞി കഴിക്കില്ലെന്നു നിനക്കറിയില്ലേ? നിന്റെമ്മയ്ക്കറിയാമല്ലോ'.

അതു പറഞ്ഞിട്ട് ഒരുനിമിഷം ടീച്ചർ എന്തോ ആലോചിച്ചു നിന്നു. ആ വിടവിൽ സദസ്സിൽനിന്നും നാരായണന്റെ ഒരു ചോദ്യം.

'എന്നിട്ടമ്മാവനെ ടീച്ചർ എങ്ങനെയാണു പായ്ക്കു ചെയ്തത്?'

ചോദ്യംകേട്ട ടീച്ചർ ഓർമ്മകളിൽനിന്നും ഇറങ്ങിവന്നു.

'എന്താ ചോദിച്ചത്, ആരാ ചോദിച്ചത്'

നാരായണൻ വീണ്ടും, 'അല്ല ടീച്ചറെ,അമ്മാവനെ എങ്ങനെ പറഞ്ഞുവിട്ടെന്നു ചോദിച്ചതാ'

അങ്ങനെ ചോദിക്കരുത്. കാരണം അമ്മാവൻ അതിഥിയായിട്ടാണു് എത്തിയിരിക്കുന്നത്. അവർ നമ്മോടു നന്ദി കാട്ടിയില്ലെങ്കിലും അവരോടു നിന്ദ കാട്ടാതിരിക്കാനുള്ള മര്യാദ നമ്മൾക്കുണ്ടാകണം.

ഇങ്ങനെയുള്ളവരിൽ നിന്നും നമുക്കു പോസിറ്റീവായതൊന്നും ലഭിക്കില്ല. അങ്ങനെ പ്രതീക്ഷിക്കുകയേ വേണ്ടാ.

'അടുത്തത് ഒരു ചോദ്യമാണ്, ശ്രദ്ധിച്ചു കേൾക്കണം. ഞാനുമായി നല്ലൊരു സ്നേഹബന്ധം ഉണ്ടാക്കിയെടുക്കാൻ അമ്മാവൻ ആ സൽക്കാരവേള ഉപയോഗിക്കാൻ ഉദ്ദേശിച്ചിരുന്നുവെങ്കിൽ അദ്ദേഹത്തിന്റെ സംഭാഷണം എങ്ങനെയൊക്കെ ആകണമായിരുന്നു?'

ആ ചോദ്യത്തിനു മുന്നിൽ അല്പസമയത്തേക്ക് അവിടെയെങ്ങും ഒരു വലിയ നിശബ്ത ഉറഞ്ഞുകിടന്നു. അതിനെ മുറിച്ചുകൊണ്ടൊരു പുരുഷശബ്ദം ഉയർന്നു വന്നു. അത് പി.ടി.എ പ്രസിഡന്റായിരുന്നു.

'ഊണു നന്നായെന്നു മാത്രമല്ല അതിഗംഭീരമായി മോളേ. എന്താ പറയുക, ഒരോന്നിന്റെയും ഒരു രുചിയേ, പ്രമാദം പ്രമാദം. ഇതുപോലൊന്ന് ഈ അടുത്തകാലത്തെങ്ങും ഞാൻ കഴിച്ചിട്ടേയില്ല. നീ വലിയ വലിയ സ്റ്റാർ ഹോട്ടലുകളിലെ ഷെഫ് ആകേണ്ടവളാ. നമുക്കൊരു ഹോട്ടൽ തുടങ്ങിയാലോ മോളെ? ഹോട്ടലിന്റെ പേര് 'ശോഭാസ് ടേസ്റ്റ്' എന്താ ഇത്രയും മതിയോ ടീച്ചറേ?

'മതി പ്രസിഡന്റേ, ഇതു തന്നെ ധാരാളം. അന്ന് അമ്മാവൻ ഇങ്ങനെ വല്ലതും എന്നോടു പറഞ്ഞിരുന്നെങ്കിൽ, എനിക്ക് ഏറെ പോസിറ്റീവ് സ്ട്രോക്കു കിട്ടുമായിരുന്നു. ഭാവിയിൽ പുതിയ പുതിയ രുചിക്കൂട്ടുകൾ കണ്ടെത്തി വിഭവങ്ങൾ കൂടുതൽ മെച്ചപ്പെട്ട രീതിയിൽ തയ്യാറാക്കുവാൻ അതെനിക്കൊരു പ്രചോദനമാകുമായിരുന്നു. ഒരുപക്ഷെ പ്രസിഡന്റ് പറഞ്ഞതുപോലെ ഞാനൊരു വലിയ ഷെഫ് ആയിത്തീർന്നേനേ'.

ഒട്ടും താമസിയാതെ തന്നെ പ്രസിഡന്റിന്റെ മറുപടി വന്നു.

'അങ്ങനെ വല്ലതും സംഭവിച്ചിരുന്നെങ്കിൽ ഇന്നു ഞങ്ങൾക്കു

കിട്ടിക്കൊണ്ടിരിക്കുന്ന ഈ അറിവിന്റെ പ്രഭാഷണങ്ങൾ നഷ്ട മായേനെ'

പ്രസിഡന്റിന്റെ അഭിനന്ദനങ്ങൾക്കു നന്ദി. ഇപ്പോൾ ഒരു ചോദ്യം കൂടി ഉയരുന്നു. എന്താണീ അറിവ് ?

ടീച്ചറേ അതു വലിയൊരു വിഷയമല്ലേ, അണ്ഡകടാഹം മുഴുവൻ പരന്നുകിടക്കുകയല്ലേ അത്. നമ്മളെല്ലാം അറിയുന്നത് അതിന്റെ എത്രയോ ചെറിയൊരംശം മാത്രമാണ്. അനുവദിച്ചാൽ അതു വ്യക്തമാക്കുന്നൊരു കവിത ഞാൻ ചൊല്ലാം.

ശരി, എങ്കിലതു കേട്ടിട്ടുതന്നെ ബാക്കികാര്യം.

കവിതയുടെ പേര്: **അറിവിന്റെ അതിരുകൾ**

പാരാവാരമതിന്റെയപാരത
നോക്കിയൊരത്ഭുതമോടെയതിൻകര
പറ്റിയിരുന്നാൽ നാമറിയുവതോ
അരുകതുപോലും പുറമേമാത്രം.
അറിയുന്നവയിൽ മുഴുകീടാതു-
ള്ളറിയാത്തതിനായ് തെരയും നേരം
അറിയും വാരിധിപോലറിവെന്നാൽ
കാണ്മതു പുറമേമാത്രമൊരൽപം.
അറിവിന്നതിരുകളന്വേഷിച്ചി -
ട്ടണയുംതോറുമതകലേക്കകലേ
ക്കകലുന്നതിരു മരീചികയായി-
ട്ടറിവിനി,തതിരേ ഇല്ലൊരു നാളും.
സാഗരതീരത്തക്കരകാണാ -
തന്ധാളിച്ചിട്ടത്ഭുതഭാവം
കാട്ടിയിരിക്കും ശിശുവല്ലേ നീ
അറിവിൻമുന്നിലിതെന്നും മനുജാ.

ഈ കവിതയിൽ പറയുന്നത് അറിവിന്റെ അതിരിനേപ്പറ്റിയല്ലേ, എന്നാൽ അറിവെന്താണെന്നു പറയാമോ?

പറയാമല്ലോ, ഏതെങ്കിലുമൊന്ന് ഉണ്ടെന്നു പഞ്ചേന്ദ്രിയങ്ങ ളിലൂടെ ബോദ്ധ്യപ്പെടുന്ന ബോധമാണ് അറിവ്.

പ്രസിഡന്റ് ഇപ്പോൾ പറഞ്ഞ ഈ ബോധം, അവനവനേപ്പറ്റി ഒരുവനിൽ ഉണ്ടാകുന്ന ധാരണയാണ്. അതുതന്നെയാണ് ഏറ്റവും വലിയ അറിവെന്നു പറയുന്നത്. അഥവാ സ്വയമറിവാണ് ഏറ്റവും

വലിയ അറിവെന്നു സാരം. ആ അറിവിലൂടെ ഒരാൾ തന്റെ കഴിവുകളും കഴിവില്ലായ്മകളും അറിയുന്നു.

അങ്ങനെ തിരിച്ചറിയുന്ന കഴിവുകളെ വികസിപ്പിക്കാനായി പരിശ്രമിച്ചു പൂർണ്ണതയിലെത്തിച്ചു ജീവിതവിജയം നേടുകയാണ് വേണ്ടത്. തിരിച്ചറിയുന്ന കഴിവുകേടുകളെ പരിശ്രമം കൊണ്ട് പരിഹരിക്കുകയും കഴിവുകളെ പരിശീലനംകൊണ്ട് കൂടുതൽ മെച്ചപ്പെടുത്തുകയുമാണ് വേണ്ടത്. നമ്മുടെ മുൻമുഖ്യമന്ത്രി ഇ.എം. എസ്സ്. നമ്പൂതിരിപ്പാട് ജന്മനാ വിക്കുള്ള വ്യക്തി ആയിരുന്നു. എന്നാൽ വിക്ക് തന്റെ കഴിവുകേടോ കുറവോ ആയി കണ്ട് മറ്റുള്ളവരുടെ മുന്നിൽ സംസാരിക്കാതിരിക്കാനോ അവരിൽനിന്നും ഒഴിഞ്ഞുമാറാനോ അദ്ദേഹം ശ്രമിച്ചില്ല. പകരം സ്ഥിരമായ പരിശ്രമം കൊണ്ടും പരിശീലനംകൊണ്ടും ആ കുറവിനെ അതിജീവിച്ചപ്പോൾ അദ്ദേഹം ലോകമറിയുന്ന പ്രഗത്ഭനായൊരു വാഗ്മിയും പ്രശസ്തനായൊരു പ്രഭാഷകനുമായിത്തീർന്നു എന്നത് ചരിത്രസത്യം. പാണ്ഡിത്യത്തിൽ മാത്രമല്ല നർമ്മം വിളമ്പുന്നതിലും പ്രഗത്ഭനായിരുന്ന അദ്ദേഹത്തോട് ഒരിക്കൽ ടൈം വാരികയുടെ ലേഖകൻ മാർവിൻസിം ദൽഹിയിൽവെച്ച് ഒരു അഭിമുഖത്തിൽ ചോദിച്ചു: Mr. Namboothirippad, do you stammer always? (നമ്പൂതിരിപ്പാടേ, താങ്കൾക്ക് എപ്പോഴും വിക്കുണ്ടോ?). 'Only when I speak' (സംസാരിക്കുമ്പോൾ മാത്രം) എന്നായിരുന്നു മറുപടി. ആ വാർത്ത കേട്ടവരും വീക്ഷിച്ചവരും അദ്ദേഹത്തിന്റെ ഫലിതത്തിൽ ഏറെ ചിരിച്ചു എന്നാണറിയുന്നത്.

നമുക്ക് നമ്മേപ്പറ്റിയുള്ള അറിവ് എങ്ങനെയാണു ലഭിക്കുന്നത്? എന്താണതിനൊരു മാർഗ്ഗം?

അതു കണ്ടെത്തലാണ് എന്റെ ഈ ക്ലാസ്സുകളുടെ ലക്ഷ്യം. നമ്മൾ മറ്റുള്ളവരുമായി നടത്തുന്ന ആശയവിനിമയങ്ങളെ കീറിമുറിച്ചൊന്നു പരിശോധിച്ചാൽ നമുക്കു നമ്മളേപ്പറ്റി വ്യക്തമായ ഒരു ധാരണ കിട്ടും. ഈ പരിശോധനയുടെ പേരാണു് ആശയവിനിമയ അപഗ്രഥനം (Transactional Analysis)

എറിക് ബേൺ എന്നയാൾ ആയിരത്തി തൊള്ളായിരത്തി അറുപതുകളിൽ വികസിപ്പിച്ചെടുത്ത അധുനിക മനഃശാസ്ത്ര വിഭാഗമാണ് Transactional Analysis Psychology (T.A.Psychology)

അനുഭവങ്ങളിലൂടെ വികാരങ്ങൾ ഉണ്ടാകുന്നതിനെപ്പറ്റിയും

ആ വികാരങ്ങൾ ചിന്തിക്കുവാനും പ്രവർത്തിക്കുവാനും പ്രേരിപ്പിക്കുന്നതിനെപ്പറ്റിയും അപ്പോഴുണ്ടാകുന്ന ഭാവമാറ്റങ്ങളെപ്പറ്റിയുമെല്ലാമാണ് ഇതിൽ വിശദീകരിക്കുന്നത്.

ഇനിയുമിന്നത്തെ ചോദ്യം, എങ്ങനെയാണ് നല്ല ബന്ധങ്ങൾ ഉണ്ടാകുന്നതും വളരുന്നതും?

അതുണ്ടാകുന്നത് നല്ല ആശയ വിനിമയങ്ങളിലൂടെയാണു ടീച്ചർ.

നല്ല ആശയവിനിമയങ്ങൾ ഉണ്ടാകുന്നതെങ്ങനെയാണ്?

പോസിറ്റീവ് സ്ട്രോക്കുകൾ കൊടുക്കുന്നതിലൂടെയാണു ടീച്ചർ?

ഇങ്ങനെയുള്ള പോസിറ്റീവ് സ്ട്രോക്കുകൾക്ക് നമ്മിൽ നല്ല വികാരങ്ങൾ ജനിപ്പിക്കാൻ കഴിയും. അതേപ്പറ്റി അടുത്ത ക്ലാസ്സിൽ.

സ്ട്രോക്കുകൾക്കുവേണ്ടിയുള്ള മനസ്സിന്റെ വിശപ്പ്

'ഗുഡ്മോണിങ് ഡിയർ ഫ്രൺഡ്സ്'

'ഗുഡ്മോർണിംഗ്'

എല്ലാവർക്കും സുഖം തന്നെയല്ലേ? കാറപകടത്തിൽ കാലിൽ പ്ലാസ്റ്ററിട്ട കുഞ്ഞിന്റെ അമ്മയെ കുറേ ദിവസമായി കാണുന്നില്ല ല്ലോ വന്നിട്ടുണ്ടോ?

'ഉണ്ട് മാഡം' കുട്ടിയുടെ അമ്മ കൈയ്യുയർത്തിക്കാട്ടി.

എങ്ങനെയുണ്ട് ഇപ്പോൾ?

'ആറാഴ്ച റസ്റ്റ് വേണമെന്നു ഡോക്ടർ പറഞ്ഞു'

വീട്ടിൽ സഹായത്തിനാരുണ്ട് വേറെ?

'അമ്മയുണ്ട്, എന്റെ അമ്മയെന്നു വച്ചാൽ കുഞ്ഞിനു ജീവനാ ണ്. അവനു ഏറ്റവുംകൂടുതൽ സ്നേഹം എന്റെമ്മയോടാണ്. എന്നെ കണ്ടില്ലെങ്കിലും ഒരു പ്രശ്നവുമില്ല'.

സംസാരം അവിടെ എത്തിയപ്പോൾ ടീച്ചറിടപെട്ടു.

'അവിടെ നിന്നും നമുക്ക് ഇന്നത്തെ ക്ലാസ് തുടങ്ങാം. അവന് നിങ്ങളുടെ അമ്മയോടാണ് കൂടുതൽ സ്നേഹം എന്നല്ലേ പറ ഞ്ഞത്, അതിന് കാരണം എന്താണ്?

'അമ്മ അവനെ വഴക്കൊന്നും പറയില്ല. എവിടെയെങ്കിലും ഒന്ന് കാൽ തട്ടി വീണാൽ പൊന്നേ പോറ്റീ എന്നൊക്കെ പറഞ്ഞു ആശ്വ സിപ്പിക്കും'

അതെ, എല്ലാവർക്കും വേണ്ടത് ഈ ആശ്വാസവചനങ്ങളായ പോസിറ്റീവ് സ്ട്രോക്കുകളാണ്. അതാണു് അമ്മൂമ്മ കുഞ്ഞിന് നൽകുന്നത്. ഇങ്ങനെ പോസിറ്റീവ് സ്ട്രോക്ക് നൽകുന്നതിനെ യാണ് സ്നേഹിക്കുക എന്നു പറയുന്നത്. കുഞ്ഞിന് ആരിൽ

നിന്നാണോ കൂടുതൽ പോസിറ്റീവ് സ്ട്രോക്കു കിട്ടുന്നത് അവരുമായി കുഞ്ഞ് നല്ല ബന്ധം സ്ഥാപിക്കുക സ്വാഭാവികമാണ്. മനുഷ്യരെല്ലാവരും സ്നേഹത്തിനായി ദാഹിക്കുന്നവരാണ്.

നല്ല ഭക്ഷണത്തിനുവേണ്ടി ശരീരം വിശക്കുന്നതുപോലെ പോസിറ്റീവ് സ്ട്രോക്കുകൾക്കു വേണ്ടി മനസ്സ് എപ്പോഴും ആഗ്രഹിക്കാറുണ്ട്. അതും ഒരുതരം വിശപ്പാണ്. അതായത് പഞ്ചേന്ദ്രിയങ്ങൾ വഴി എപ്പോഴും എന്തെങ്കിലും കിട്ടിക്കൊണ്ടിരിക്കണമെന്നുള്ള മനസ്സിന്റെ വിശപ്പ്.

പഞ്ചേന്ദ്രിയങ്ങൾവഴി നമുക്കു കിട്ടുന്ന അനുഭവങ്ങൾ സ്ട്രോക്കുകളാണ്. ഈ സ്ട്രോക്കുകളാണ് നമ്മുടെ ഉള്ളിൽ ഉത്തേജനം ഉണ്ടാക്കുന്നത്. ഉത്തേജകങ്ങളായ ഈ സ്ട്രോക്കുകളെ സ്റ്റിമുലസ് എന്നും പറയാം. ഈ സ്റ്റിമുലസ്സുകൾ ഇല്ലെങ്കിൽ നമുക്ക് ജീവിതമില്ല.

പുറത്തുനിന്നും യാതൊരു ശബ്ദവും കടന്നുവരാത്ത ഒരിരുട്ടുമുറിയിൽ നിങ്ങൾ ഒറ്റയ്ക്കിരിക്കുകയാണെന്നു വിചാരിക്കുക. ഒരിറ്റു വെള്ളം കുടിക്കാനോ ഒന്നനങ്ങാൻപോലുമോ ആവാത്ത അവസ്ഥയിലാണിരിക്കുന്നതെന്നും കരുതുക. എത്ര സമയം അങ്ങനെ ഇരിക്കാൻ കഴിയും നിങ്ങൾക്ക്? കൂടിയാൽ ഏതാനും മണിക്കൂറുകൾ മാത്രം. കണ്ണ്, കാത്, ത്വക്ക്, മൂക്ക്, വായ് എന്നീ പഞ്ചേന്ദ്രിയങ്ങൾക്കൊന്നിനും യാതൊരു തരത്തിലുള്ള സ്ട്രോക്കും ലഭിക്കാത്ത ഈ അവസ്ഥയിൽ നിങ്ങൾ ക്രമേണ മരണത്തിലേക്കു നടന്നടുക്കുകയാരിക്കും. അതനുഭവിച്ചവർക്കു മാത്രമേ അതിന്റെ ഭീകരത മനസ്സിലാകൂ. നിങ്ങൾക്കാർക്കെങ്കിലും അങ്ങനെയൊരനുഭവം ഉണ്ടായാട്ടുണ്ടോ?

ഉണ്ടേ,ഉണ്ടേയെന്നു പറഞ്ഞുകൊണ്ട് ഇന്ദിര കൈ പൊക്കി.

'ചെറുപ്പത്തിൽ ഞാനും എന്റെ അനുജനും കൂടി വീടിനുള്ളിൽ കളിക്കുകയായിരുന്നു. അരിയും മറ്റു സാധനങ്ങളും സൂക്ഷിക്കുവാനായി വളരെ വലിയൊരു പെട്ടി അന്നു വീട്ടിലുണ്ടായിരുന്നു. ഞങ്ങൾ രണ്ടുംകൂടി അതു തുറന്നുവച്ചിട്ട് അതിനുള്ളിലിരുന്നു കളിച്ചു. അതിനിടയിൽ അനിയൻ പുറത്തിറങ്ങിയിട്ട് പെട്ടിയടച്ചു. കുറേക്കഴിഞ്ഞിട്ടും തുറക്കുന്നില്ല. എനിക്കതു തുറക്കാനും കഴിയുന്നില്ല. എത്ര നേരം അങ്ങനെ കഴിഞ്ഞെന്നൊന്നും എനിക്കറിയില്ല. പിന്നെ ഞാൻ കണ്ണുതുറക്കുമ്പോൾ കാണുന്നത് ആളു

കൾ ചുറ്റും കൂടിനിന്നു വീശുന്നതാണ്. എന്തോ എടുക്കുവാനായി അമ്മ ആ മുറിയിലേക്കുവന്നെന്നും പെട്ടിയിൽ ചെറിയ ഒരു ശബ്ദം കേട്ടതായി തോന്നിയെന്നും സംശയം തോന്നി പെട്ടി തുറന്നപ്പോൾ വിളറി വാടിക്കിടക്കുന്ന എന്നെ കണ്ടെന്നും മറ്റുമുള്ള കഥകൾ പിന്നീട് അമ്മ പറഞ്ഞാണ് ഞാനറിഞ്ഞത്. ഇപ്പോഴും ഇരുട്ടുമുറികളിലും ഇടുങ്ങിയ ഇടനാഴികളിലും മറ്റും കയറുന്നത് എനിക്കു പേടിയാണ്.'

ഇന്ദിരയുടെ അനുഭവസാക്ഷ്യം അവിടെവരെയെത്തിയപ്പോൾ മതി എന്ന് ടീച്ചർ കൈയ്കൊണ്ട് ആംഗ്യം കാണിച്ചു. 'നിങ്ങൾ ഇപ്പോൾ പറഞ്ഞ ഈ പേടി ഉണ്ടല്ലോ അതു പണ്ടുണ്ടായ അനുഭവത്തിന്റെ റീപ്ലേയാണ്. എന്താണു റീപ്ലേയെന്നു ഞാൻ നേരത്തേ പറഞ്ഞിട്ടുള്ളതാണ്. ഈ അനുഭവത്തിൽ നിന്നും നിങ്ങൾ എന്തു മനസ്സിലാക്കി?'

നൈറ്റ്ഡ്യൂട്ടി കഴിഞ്ഞു വന്നതിന്റെ ഉറക്കക്ഷീണത്തിൽ അശ്രദ്ധയോടെ ഇരുന്ന ഒരു രക്ഷകർത്താവ് പെട്ടെന്നുപറഞ്ഞു. 'യാതൊരു കാരണവശാലും കുട്ടികളെ പെട്ടിയിൽ അടയ്ക്കരുത്'. അവിടെയാകെ ചിരിയുടെ കൂട്ടപ്പൊരിച്ചിൽ.

ഇന്ദിരയുടെ അനുഭവത്തിൽ നിന്നും നമ്മൾ എന്താണു മനസിലാക്കേണ്ടത്? ഭയമുണ്ടാക്കുന്ന സാഹചര്യങ്ങളിൽ കുട്ടികളെ കൊണ്ടെത്തിക്കാൻ പാടില്ല. മാത്രവുമല്ല, ആലോചിച്ചു പ്രവർത്തിക്കാൻ പ്രാപ്തി ഉണ്ടാകുന്ന പ്രായംവരെ കുഞ്ഞുങ്ങളുടെമേൽ ഒരു കണ്ണു വേണം. പ്രത്യേകിച്ച് അവർ കളിക്കുമ്പോൾ.

ഇനിയും വിഷയത്തിലേക്കു വരാം.

പഞ്ചേന്ദ്രിയങ്ങളിലൂടെ ലഭിക്കുന്ന സ്ട്രോക്കുകളും അതിന്മേലുള്ള പ്രതികരണങ്ങളുമാണ് ജീവിതത്തെ ചലനാത്മകമാക്കുന്നത്. മറ്റൊരു രീതിയിൽ പറഞ്ഞാൽ, പഞ്ചേന്ദ്രിയങ്ങളിലൂടെ ലഭിക്കുന്ന അനുഭവങ്ങൾ, അറിവായി മാറുന്നു. ഈ അറിവിന്റെ അഥവാ ജ്ഞാനത്തിന്റെ ഫലമായി പുറത്തേക്കു വരുന്ന പ്രതികരണമാണ് പ്രവൃത്തി അഥവാ കർമ്മം. ജ്ഞാനകർമ്മങ്ങളുടെ ആകെത്തുകയാണ് ജീവിതം.

സ്ട്രോക്കുകൾ അഥവാ സ്റ്റിമുലസ്സുകളാണ് ജീവിതത്തിന്റെ അടിത്തറ. ഇങ്ങോട്ടൊരു സ്റ്റിമുലസ്സ് കിട്ടുമ്പോൾ അങ്ങോട്ടൊരു റെസ്പോൺസ് കൊടുക്കുന്നു. ഇതുതന്നെ തിരിച്ചുംപറയാം.

അങ്ങോട്ടൊരു സ്റ്റിമുലസ്സ് കൊടുക്കുമ്പോൾ ഇങ്ങോട്ടൊരു റെസ് പോൺസ് കിട്ടുന്നു. സ്റ്റിമുലസ്സ് ഉണ്ടായെങ്കിലേ റെസ്പോൺസ് ഉണ്ടാകൂ. ഈ നടപടിക്ക് ഒരു പേരുണ്ട് ആർക്കു പറയാം?

അതൊരു കൊടുക്കൽവാങ്ങലല്ലേ മാഡം? എന്നൊരാൾ സംശ യിച്ചു പറഞ്ഞപ്പോൾ, താങ്കൾ പറഞ്ഞത് വളരെ ശരിയാണെന്നു പറഞ്ഞു കൊണ്ട് ടീച്ചർ തുടർന്നു.

ആ കൊടുക്കൽ വാങ്ങൽ ഇടപാടിനെയാണ് നമ്മൾ ആശയ വിനിമയം എന്ന് വിളിക്കുന്നത്. ഒരു സ്റ്റിമുലസ്സും അതിനെ തുടർന്ന് ഒരു റെസ്പോൺസും ഉണ്ടാകുമ്പോൾ ഒരു ആശയവിനിമയചക്രം പൂർത്തിയായി. ആശയവിനിമയങ്ങളിലെ പോരായ്മകളാണ് വ്യക്തിബന്ധങ്ങളേയും അയൽബന്ധങ്ങളേയും അതിനപ്പുറം രാജ്യാന്തര നയതന്ത്രബന്ധങ്ങളെപ്പോലും തകർക്കുന്നത്.

ആശയവിനിമയത്തിന്റെ കാര്യത്തിൽ പലരും ഒരു പരാജയമാ ണെന്ന കാര്യം അവരറിയുന്നില്ല. കാരണം, ദീർഘനാളായി ശരിയാ ണെന്ന ധാരണയിലാണ് അവർ ഓരോ കാര്യങ്ങളും ചെയ്തു പോരുന്നത്.

എങ്ങനെയാണ് അവർ പരാജിതരാകുന്നതെന്ന് അന്വേഷി ച്ചാൽ, അവരുടെ കൈയിൽ മറ്റുള്ളവർക്കു കൊടുക്കാനായി നെഗ റ്റീവ് സ്ട്രോക്കുകളല്ലാതെ പോസിറ്റീവ് ആയ യാതൊന്നുമില്ലെന്നു കണ്ടെത്താനാകും.

ഈ നെഗറ്റീവ് സ്ട്രോക്കുകൾ നമ്മളിൽ കുടിയേറുന്നത് എങ്ങ നെയാണു ടീച്ചർ?

സംശയം ആശയുടേതായിരുന്നു.

അതിനേപ്പറ്റി ധാരാളം പറയേണ്ടിയിരിക്കുന്നു. അവയെല്ലാം വരും ക്ലാസ്സുകളിൽ പറയാം.

൦

നെഗറ്റീവ് സ്ട്രോക്കുകളുടെ കുടിയേറ്റം

കുഞ്ഞുങ്ങളെ ചോറൂട്ടുമ്പോൾ

നെഗറ്റീവ് സ്ട്രോക്കുകൾ നമ്മളിലേക്ക് എങ്ങനെയാണു കയറിക്കൂടുന്നതെന്നല്ലേ കഴിഞ്ഞ ക്ലാസ്സിൽ ആശ ചോദിച്ചിരുന്നത്. അതറിയണമെങ്കിൽ കൊച്ചു കുഞ്ഞുങ്ങളുമായി മുതിർന്നവർ നടത്തുന്ന ആശയവിനിമയം ശ്രദ്ധിച്ചാൽമതി.

കൊച്ചുകുട്ടികളിൽ പലരും സ്കൂളിൽ പോകാൻ മിക്കവാറും മടി കാണിക്കാറുണ്ടെന്ന കാര്യം നമുക്കെല്ലാം അറിവുള്ളതാണ്. അതിന് പലപല കാരണങ്ങളുണ്ട്. അതിലൊന്നു പേടിയാണ്. പേടിയുണ്ടാകാൻ കാരണങ്ങൾ പലതാണ്. രണ്ടുവർഷംമുമ്പ് എന്റെ അയൽവീട്ടിൽ നടന്ന ഒരു സംഭവം പറയാം.

മധ്യവേനലവധി കഴിഞ്ഞു സ്കൂളുകൾ തുറന്നു പഠനം തുടങ്ങിയിട്ട് ഒരു മാസം കഴിഞ്ഞു. എന്നിട്ടും അയൽവീട്ടിലെ ഒരു കൊച്ചുപെൺകുട്ടി സ്കൂളിൽ പോയിത്തുടങ്ങിയില്ല. അവളെ ആ വർഷം എൽ.കെ.ജി.യിൽ ചേർക്കുമെന്ന് കുട്ടിയുടെ അമ്മ എന്നോട് പറഞ്ഞിരുന്നതാണ്. ആ കാര്യം ഓർത്തുകൊണ്ട് കുട്ടിയുടെ അമ്മയോട് ചോദിച്ചു

'എന്താ ഈ വർഷം കുഞ്ഞിനെ സ്കൂളിൽ ചേർക്കുന്നില്ലേ?'

'അയ്യോ എന്റെ പൊന്നുടീച്ചറേ സ്കൂളിൽ കൊണ്ടുപോയി ചേർത്തതാണ്. അവൾ പോകണ്ടേ? ഒറ്റദിവസമേ പോയുള്ളൂ, അന്നു വീട്ടിൽ തിരിച്ചെത്തുന്നതുവരെ കരച്ചിലായിരുന്നു. എന്തെല്ലാം പറഞ്ഞിട്ടും അവൾക്കൊരു കുലുക്കവുമില്ല. അവളുടെ കടുംപിടുത്തം കാരണം ഞാൻ മടുത്തു. ഇങ്ങനെയുണ്ടോ പിള്ളേര്. ഒരുദിവസം സഹികെട്ട് ഞാൻ രണ്ടടിയും കൊടുത്തു. പക്ഷേ അവൾക്കുണ്ടോ മാറ്റം,വാശി കൂടിയതേയുള്ളൂ'.

കഥയെല്ലാം കേട്ടു കഴിഞ്ഞപ്പോൾ, ഞാൻ കുഞ്ഞിനോടൊന്നു സംസാരിച്ചു നോക്കട്ടേ എന്ന് അവരോട് അനുവാദം ചോദിച്ചു. സമ്മതം മൂളിയതിനെതുടർന്ന് ആറേഴു ദിവസം തുടർച്ചയായി ഞാൻ കുട്ടിയുമായി കുശലാന്വേഷണങ്ങൾ നടത്തിക്കൊണ്ടിരുന്നു. അതിനിടയിൽ, ഞാൻ പഠിപ്പിക്കുന്ന സ്കൂളിലെ കാഴ്ചകളേപ്പറ്റിയും അവിടെയുള്ള കൂട്ടിലെ കിളികളെപ്പറ്റിയും മീനുകളെപ്പറ്റിയുമെല്ലാം പറഞ്ഞിരുന്നു. കുട്ടികൾക്കേറെ ഇഷ്ടം കളിയാണല്ലോ, അതിനാൽ അവിടെയുള്ള കളിക്കോപ്പുകളേപ്പറ്റിയും വിശദമായി പറഞ്ഞിരുന്നു. പൊടിപ്പും തൊങ്ങലും വച്ചുള്ള അവതരണം കേട്ടപ്പോൾ ആശ്ചര്യത്തോടെ ആ കുഞ്ഞ് എന്റെ മുഖത്തു നോക്കി ഇരിപ്പായി. ഇതുതന്നെ അവസരമെന്നു കരുതി ഞാൻ കുഞ്ഞിനോട് പതിയെ ചോദിച്ചു:

'മോളേ, മോളന്നു സ്കൂളിൽ പോയപ്പോൾ അവിടെ എന്തൊക്കെ കണ്ടു?'

ചോദ്യം കേട്ടമാത്രയിൽതന്നെ ആ കുഞ്ഞെന്നെ കെട്ടിപ്പിടിക്കുകയായിരുന്നു. കുഞ്ഞിന്റെ മുഖം കണ്ടപ്പോൾത്തന്നെ ആ കെട്ടിപ്പിടുത്തം സന്തോഷംകൊണ്ടല്ലന്നു മനസ്സിലായി. കുഞ്ഞിന്റെ മുതുകിൽ മെല്ലെ തലോടിക്കൊണ്ട് ഞാൻ ചോദിച്ചു 'മോളു പേടിച്ചുപോയോ?'

'ങാ, മോൾക്കേ വല്ല്യ പേടിയാ' എന്റെ മുഖത്തു നോക്കി സങ്കടഭാവത്തിൽ പറയുമ്പോൾ എന്നോടു കൂടുതൽ കൂടുതൽ ഒട്ടിനിൽക്കാൻ ശ്രമിക്കുന്നുണ്ടായിരുന്നു കുഞ്ഞ്.

'അതേയോ' എന്നു ചോദിച്ചു ഞാനും വലിയസങ്കടം കാട്ടി. അപ്പോൾ എന്നെ വിശ്വാസം വന്നതുപോലെ കുഞ്ഞു പറഞ്ഞു തുടങ്ങി.

'അതേയ്, കുട്ട്യോളെ കടിക്കാൻ വരുന്ന വല്ല്യൊരു പട്ടിയില്ലേ, അതവിടെ വരും'

എവിടെയാ മോളേ? ഞാൻ ചോദിച്ചു.

'അവിടെ ആ സ്കൂളിന്റെ വഴീല്'

ആ പട്ടി പോയി മോളേ, ഇനിയും വരില്ല.

'ഇല്ല, വരും അന്നുരാവിലെ ഇഡ്ഢലി കഴിക്കാതെ പോയ എന്നെ കടിക്കാൻ പറ്റാത്തതുകൊണ്ട് അതവിടെത്തന്നെ കാണും'

പിറ്റേദിവസം അമ്മയോടു ചോദിച്ചു:

'സ്കൂളിൽ ആദ്യമായി പോയ ദിവസം പ്രത്യേകിച്ചെന്തെങ്കിലും സംഭവം ഉണ്ടായോ?'

ഏയ് ഒന്നുമുണ്ടായില്ല, എന്താ ടീച്ചർ?

'അവിടെയെങ്ങാണ്ടൊരു പട്ടിയുണ്ടെന്നു മോളു പറഞ്ഞു'

ഓ, അതാണോ?

വളരെ നിസ്സാരഭാവത്തിൽ ആ അമ്മ നടന്ന സംഭവങ്ങളുടെ ചുരുളഴിച്ചു.

'ഞാനും മോളും കൂടി അന്നു നടന്നാണു പോയത്, ഞങ്ങൾ സ്കൂളിന്റെ അടുത്തെത്താറായി. ഒരു കൂട്ടുകാരിയെ അപ്പോളവിടെ വച്ചു കണ്ടു. ഏറെക്കാലത്തിനുശേഷം കാണുകയാണ്. എന്തൊക്കെയുണ്ട് വിശേഷങ്ങളെന്ന് ചോദിച്ചുകൊണ്ട് ഞാനൊന്നു നിന്നു. അതിനിടയിൽ കുഞ്ഞു മുന്നോട്ടു പോയതു ഞാനറിഞ്ഞില്ല. ഒരു കരച്ചിൽ കേട്ടു നോക്കുമ്പോൾ അത് 'മോളാ' യിരുന്നു. അവളെന്റെ നേർക്ക് ഓടി വരുകയായിരുന്നു. അവൾക്കു പിന്നിലായി, അല്പം ദൂരെ ഒരു വലിയ പട്ടിയേയും കണ്ടു. ഓടിച്ചെന്നു കുഞ്ഞിനെ എടുക്കുമ്പോൾ അവൾ നല്ലവണ്ണം വിറയ്ക്കുന്നുണ്ടായിരുന്നു'.

കഥ അത്രയുമായപ്പോൾ, പട്ടിയെ കണ്ടു പേടിച്ചതോ മറ്റോ ആയിരിക്കുമോ എന്ന് ഞാൻ ചോദിച്ചു. അപ്പോഴത്തെ അവരുടെ മറുപടി വളരെ രസകരമായിരുന്നു.

'ഹോ! എന്റെ ടീച്ചറേ, അങ്ങനെയൊരു പേടി അവളിലുണ്ടാക്കിയെടുക്കാൻ ഞാനെന്തു പാടുപെട്ടന്നോ'

അതുകേട്ടപ്പോൾ എനിക്കുള്ളിൽ ചിരിവന്നു. കുഞ്ഞിന്റെ നന്മയ്ക്കുവേണ്ടി ഏതോ നല്ലകാര്യം താൻ ചെയ്തെന്ന മട്ടിലായിരുന്നു അവരുടെ വിശദീകരണം.

'ഇവൾക്കു ചെറുപ്പംമുതലേ ആഹാരം കഴിക്കുന്ന കാര്യത്തിൽ വലിയ മടിയാണ്, പ്രത്യേകിച്ചു രാവിലെ. അന്നു സ്കൂളിൽ പോകുമ്പോഴും രാവിലെതന്നെ ഇഡ്ഡലിയും ചമ്മന്തിയും സാമ്പാറും എല്ലാം റെഡിയായിരുന്നു. പക്ഷെ, ഒരു ചായ അല്ലാതെ മറ്റൊന്നും അവൾ കഴിച്ചിരുന്നില്ല'.

സാധാരണ എപ്പോഴാണ് അവൾ കഴിക്കുന്നത്?

'അതൊരു പത്തു പത്തരയാകും'

അപ്പോൾ തനിയേ എടുത്തു കഴിക്കുമോ?

'ആരു കഴിക്കാനാ, കഴിപ്പിക്കണം, അതു വലിയൊരു പണിയാ. രാവിലെ വീട്ടുജോലിയെല്ലാം കഴിഞ്ഞു ഞാൻ വരുമ്പോഴേക്കും മണി പത്തു കഴിയും. പിന്നെ എന്തെങ്കിലും പറഞ്ഞു പേടിപ്പിച്ചിട്ടു വേണം വല്ലതും ഇത്തിരി കഴിപ്പിക്കാൻ'.

'എന്തു പറഞ്ഞാണു പേടിപ്പിക്കുക?'

ഞാൻ അല്പം തമാശയായി ചോദിച്ചു.

അതൊരു പട്ടിയുടെ കഥയാണെന്നു പറഞ്ഞപ്പോൾ ഞാൻ വീണ്ടും ചോദിച്ചു എന്നും അതുതന്നെയാണോ കഥ.

'ആ കഥ പറഞ്ഞാലേ പേടിച്ചിട്ട് അൽപ്പമെങ്കിലും അവൾ കഴിക്കൂ'

ഓഹോ! ആ കഥയൊന്നു പറയാമോ?

അവർ ദിവസവും കുട്ടിയോടു പറഞ്ഞിരുന്ന അതേ രീതിയിൽ തന്നെ ആ കഥ എന്നോടു പറഞ്ഞുതുടങ്ങി.

'ആഹാരം കഴിക്കാത്ത പിള്ളേരെ കടിക്കാനായിട്ടൊരു വലിയ പട്ടി റോഡിലൂടെ ദിവസവും അതിരാവിലെ വരും മോളേ. അപ്പോൾ മോളുറക്കമായിരിക്കും. ആ പട്ടി വീടിനു മുന്നിൽ വന്നുനിന്ന് ഇവിടെ ആഹാരം കഴിക്കാത്ത കുട്ടികളുണ്ടോയെന്ന് ചോദിക്കും. അപ്പോൾ അമ്മ ഇല്ലെന്നു പറയും. നാളെ ആ പട്ടിവരുമ്പോൾ ചോറു കഴിക്കാത്ത ഒരു കുട്ടി ഇവിടുണ്ടെന്ന് അമ്മ അതിനോടു പറയട്ടേ മോളേ. അയ്യോ വേണ്ടാ എന്നു പറഞ്ഞവൾ ഉടനേ കഴിക്കാൻ തുടങ്ങും. ഇങ്ങനെയെല്ലാം പറഞ്ഞാണ് ഞാൻ അവളെ ഊട്ടു ന്നത്'

കാര്യങ്ങൾ തെളിഞ്ഞുവരുന്നതായി ബോദ്ധ്യപ്പെട്ടുവെങ്കിലും ഒന്നു കൂടി ഉറപ്പു വരുത്താനായി ഞാൻ ചോദിച്ചു.

'ഇഡ്ഡലിയും സാമ്പാറുമെല്ലാം ഉണ്ടാക്കിയിട്ടും അതൊന്നും കഴിക്കാതെയാണ് അന്നു കുഞ്ഞ് സ്കൂളിലേക്കു പോയതെന്നു പറഞ്ഞില്ലേ?'

അതേ ടീച്ചർ.

ഈ കഥ നിങ്ങളുടെ മനസ്സിൽ മായാതെ നിൽക്കട്ടെ എല്ലാവരും ഓർത്തു വയ്ക്കുക. ബാക്കിഭാഗം അടുത്ത ക്ലാസ്സിൽ.

കുഞ്ഞുങ്ങളിൽ ഭയമുണ്ടാക്കുന്നവർ

ഒരു ചോദ്യത്തോടുകൂടി ഇന്നു തുടങ്ങാം. എന്തുകൊണ്ടാണ് കഴിഞ്ഞ ക്ലാസ്സിൽ പറഞ്ഞ കഥയിലെ കുഞ്ഞ് സ്കൂളിൽ പോകാൻ മടി കാണിച്ചത്?

'വഴിയിൽ പട്ടിയെ കണ്ടാൽ കുഞ്ഞുങ്ങൾ പേടിക്കില്ലേ ടീച്ചർ'?

വളരെ നിസ്സംഗതയോടെയുള്ള ആ ചോദ്യം ഗീതയുടേതായിരുന്നു.

പേടിക്കും പക്ഷേ, അതിനൊരു കാരണം അഥവാ മുൻധാരണ വേണ്ടേ ഗീതേ?

'ആഹാരം കഴിക്കാത്ത കുട്ടികളെ അന്വേഷിച്ച് റോഡിലൂടെ പട്ടിവരുമെന്നും കുട്ടികളെ കടിക്കുമെന്നും മറ്റും നേരത്തെ തന്നെ അമ്മ അതിനെ പറഞ്ഞു പേടിപ്പിച്ചു വച്ചിരിക്കുകയല്ലേ ടീച്ചർ'?

അതെ ഗീതേ, അതുതന്നെയാണു കാരണം. രാവിലെ ഇഡ്ഡലി കഴിക്കാതെവന്ന തന്നെ അന്വേഷിച്ചാണ് പട്ടി വന്നിരിക്കുന്നതെന്ന ചിന്തയും അതേതുടർന്നുള്ള ഭയവും പട്ടിയെകണ്ടപ്പോൾ കുഞ്ഞിന്റെയുള്ളിൽ ഉണ്ടായിക്കാണും. ഈ ഭയം ചെറുപ്പം മുതൽ തന്നെ കുഞ്ഞിന്റെ തലച്ചോറിലേക്ക് കയറ്റിക്കൊണ്ടിരുന്നത് അമ്മയാണ്. നിരന്തരമായുള്ള ഈ നെഗറ്റീവ് സ്ട്രോക്കുകൾ തലച്ചോറിൽ ഉണ്ടാക്കിയതു ഭയത്തിന്റെ സ്ക്രിപ്റ്റുകളാണ്. ഇതിന്റെ പുനരാവിഷ്കാരമാണ് അന്ന് സ്കൂളിനടുത്തു പട്ടിയെ കണ്ടപ്പോൾ കുഞ്ഞു കരയാൻ കാരണം.'

അപ്പോൾ മറ്റൊരാളിന്റെ ചോദ്യം.

'സ്കൂളിനടുത്തുവച്ച് പട്ടിയെകണ്ടു കുട്ടി പേടിച്ചു എന്നത് ശരി തന്നെ. അത് അന്നൊരു ദിവസത്തെ കാര്യമല്ലേ. പക്ഷേ പിന്നീട് എന്താണ് കുട്ടി സ്കൂളിൽ പോകാൻ ഭയന്നത്'

അന്ന് ഇഢലി കഴിയ്ക്കാതെ സ്കൂളിൽ പോയപ്പോൾ അന്വേഷിച്ചുവന്ന പട്ടിക്കു തന്നെ കടിക്കാൻ പറ്റിയില്ലല്ലോ. അതുകൊണ്ട് ആ പട്ടി തന്നെ കടിക്കാനായി അവിടെ നിൽപ്പുണ്ടാകും എന്നാണ് കുഞ്ഞു വിചാരിക്കുന്നത്. ആ കുഞ്ഞ് എന്നോടു സംസാരിച്ചപ്പോൾ മനസ്സിലാക്കിയ കാര്യമാണിത്. കുഞ്ഞിനെ സ്കൂളിൽ പോകുന്നതിൽ നിന്നും വിലക്കുന്നത് ഈ ഭയമാണ്.

ഭയം വന്നവഴിയാണ് ഇനിയും പറയാൻ പോകുന്നത്. സ്കൂളിനടുത്തുവച്ച് ഒരു വലിയ പട്ടിയെ കണ്ടപ്പോൾ, അമ്മ നിരന്തരം പറഞ്ഞുകൊടുത്തിരുന്ന കഥയിലെ പട്ടിയും റോഡുമെല്ലാം കുഞ്ഞിന്റെ ഓർമ്മയിൽ എത്തിക്കാണും. ആഹാരം കഴിക്കാത്ത കുഞ്ഞുങ്ങളെ പട്ടി കടിക്കുമെന്ന് കുഞ്ഞിന്റെ തലയിൽ നേരത്തേതന്നെ ആഴത്തിൽ സ്ക്രിപ്റ്റ് ചെയ്യപ്പെട്ടിട്ടുണ്ട്. സ്ക്കൂളിൽ വന്ന ദിവസം രാവിലെ കുട്ടി ആഹാരം കഴിച്ചിരുന്നില്ലെന്ന കാര്യംകൂടി ഓർക്കണം. കഥയിലെ പോലെ വലിയൊരു പട്ടിയെ മുന്നിൽ കണ്ടപ്പോൾ തലച്ചോറിലെ സ്ക്രിപ്റ്റനുസരിച്ചു ഭയന്നാണു കുഞ്ഞു കരഞ്ഞത്. ഇതിനെയാണ് സ്ക്രിപ്റ്റിന്റെ റിപ്ലേ എന്നു പറയുക.

ഇങ്ങനെയൊക്കെ തന്നെ ആയിരിക്കുമല്ലോ നിങ്ങളിൽ പലരും കുഞ്ഞുങ്ങളെ ചോറൂട്ടിയിട്ടുണ്ടാവുക?

ആ ചോദ്യത്തിനുമുന്നിൽ പലരുടേയും മുഖത്തൊരു മ്ലാനത പ്രത്യക്ഷപ്പെട്ടു.

'ഇതാരുടെയും കുഴപ്പമല്ല. നമ്മളിൽ പലർക്കും ഇതുപോലുള്ള നെഗറ്റീവ് സ്ട്രോക്കുകൾ തന്നെയായിരിക്കും ചെറുപ്പത്തിൽ മാതാപിതാക്കളിൽ നിന്നും കിട്ടിയിട്ടുണ്ടാവുക. അതു നമ്മൾ അറിയാതെതന്നെ അടുത്ത തലമുറയിലേക്കു പകരുന്നു അത്ര തന്നെ. ഈ കുഞ്ഞിന്റെ ഉള്ളിലെ പട്ടിയോടുള്ള ഭയം മാറ്റിയില്ലെങ്കിൽ ഭാവിയിൽ ഏതെങ്കിലും ബന്ധുവീട്ടിൽ പോകേണ്ടിവരുമ്പോൾ ആദ്യം ചോദിക്കുക എന്തായിരിക്കുമെന്നറിയാമോ?

'അവിടെ പട്ടിയുണ്ടോ എന്നായിരിക്കും ചോദ്യം'. അതു രാധമ്മ ആയിരുന്നു.

ശരിയാണ് ചേച്ചീ, അതു തലയിൽ ഉറച്ചുപോയ ഭയമാണ്. അതിനെ മാറ്റിയെടുക്കുക അൽപ്പം പ്രയാസമാണ്. നിരന്തരം പോസിറ്റീവ് സ്ട്രോക്ക് കുറേനാൾ കൊടുക്കേണ്ടിവരും. അതെങ്ങനെ സാധിക്കും? അച്ഛനമ്മമാരായ നിങ്ങൾ ആലോചിക്കൂ.

കുഞ്ഞിനേറ്റവും സന്തോഷമുണ്ടാക്കുന്ന കാര്യങ്ങൾ അതി

നോട് പറയണം ടീച്ചറേ. പ്രസാദാണ് അതു പറഞ്ഞത്.

ശരി, ഈ കുഞ്ഞിന് ഏറ്റവും സന്തോഷമുണ്ടാക്കുന്ന കാര്യം ഐസ്ക്രീം കഴിക്കുന്നതാണെങ്കിൽ, ഐസ്ക്രീമിനെപ്പറ്റി പറയുകയും അതു വാങ്ങിക്കൊടുക്കുകയും ചെയ്താൽ മതിയോ? എങ്ങനെ ഈ ഭയം മാറ്റിയെടുക്കാമെന്നാണു പറയേണ്ടത്.

'പട്ടിയെ പറ്റിയുള്ള നല്ല കാര്യങ്ങൾ പറഞ്ഞുകൊടുക്കുകയും അവയെല്ലാം പ്രവർത്തിയിലൂടെ കാട്ടിക്കൊടുക്കുകയും ചെയ്താലോ ടീച്ചർ ?

ഒരു വിശദീകരണം ആരായും പോലെ ആയിരുന്നു പ്രസാദിന്റെ ചോദ്യം. അത് എങ്ങനെയെല്ലാം നടപ്പാക്കാമെന്നു നോക്കാം. പട്ടിക്ക് ആഹാരം കൊടുക്കുന്ന കാഴ്ചകൾ കാട്ടിക്കൊടുക്കാം. ആഹാരം കൊടുക്കുമ്പോൾ പട്ടി വാലാട്ടുന്നതു കാണിച്ചുകൊടുക്കാം. അങ്ങനെ വാലാട്ടുന്നത് ആഹാരം കൊടുത്തവരോട് പട്ടി സ്നേഹം കാണിക്കുകയാണെന്നു പറയാം.

പട്ടിക്കും കുഞ്ഞുങ്ങളുണ്ടെന്നും കുഞ്ഞുങ്ങൾ വിശന്നു കരഞ്ഞാൽ അവയ്ക്ക് അമ്മപ്പട്ടി പാലുകൊടുക്കുമെന്നും പറഞ്ഞ് അങ്ങനെയുള്ള കാഴ്ചകൾ കാണിച്ചുകൊടുക്കാം. പട്ടി വീടിന്റെ കാവൽക്കാരനായി നിൽക്കുമെന്നും മറ്റും അവസരം പോലെ കാഴ്ചകൾ കാണിച്ചു കൊണ്ട് പറഞ്ഞു കൊടുക്കാം. ഇങ്ങനെയെല്ലാമുള്ള പോസിറ്റീവ് സ്ട്രോക്കുകൾ പലനാളുകൾ കൊടുക്കാൻ ശ്രമിച്ചാൽ ക്രമേണ ഈ ഭയം മാറ്റിയെടുക്കാവുന്നതാണ്.

'കൊച്ചുകുഞ്ഞുങ്ങൾക്ക് കാര്യം മനസിലാകാൻ അവരോടുള്ള ആശയവിനിമയം എങ്ങനെയെല്ലാം ആയിരിക്കണമെന്നാണ് ഇനിയും പറയുന്നത് ?

1) കുഞ്ഞുങ്ങളോടുള്ള ആശയവിനിമയം അവർക്കു ബോദ്ധ്യമാകുന്ന രീതിയിൽ ആയിരിക്കണം.

2) കൺമുന്നിലുള്ള ഉദാഹരണങ്ങൾ സഹിതം കുഞ്ഞുങ്ങൾക്ക് മനസ്സിലാകുംവിധം ലളിതമായും സൗമ്യമായും പറഞ്ഞുകൊടുക്കണം.

3) കുഞ്ഞുങ്ങളുടെ പരാതികൾക്ക് പരിഹാരം കാണുന്നത് അവരെ ഭയപ്പെടുത്തിക്കൊണ്ടാകരുത്.

കുഞ്ഞുങ്ങളുടെ പരാതികളേപ്പറ്റി വിശദമായി അടുത്ത ക്ലാസ്സിൽ പറയുന്നതായിരിക്കും

കുഞ്ഞുങ്ങളുടെ പരാതി അവഗണിക്കാമോ?

ഒരിക്കൽ, കുട്ടികളെല്ലാവരും പുറത്തു പോകുന്ന ഇടവേള സമയത്ത് സ്കൂളിലെ സ്റ്റാഫ്റൂമിൽ വിശ്രമിക്കുകയായിരുന്നു ഞാൻ. തൊട്ടടുത്തുള്ള നാലാംക്ലാസ്സുമായി സ്റ്റാഫ്റൂമിനെ വേർതിരിക്കുന്നത് ഇടയിൽ നിരത്തിവെച്ചിരിക്കുന്ന അലമാരകളാണ്. അപ്പോൾ അലമാരകൾക്കപ്പുറത്ത് ഒരു പെൺകുട്ടിയുടെ ശബ്ദം 'എടോ, ഈ ചെകുത്താനെന്നു പറഞ്ഞാലെന്താണ്'. ചെകുത്താനെന്നു കേട്ടപ്പോൾ അതൊന്നു ശ്രദ്ധിക്കണമെന്നു തോന്നി. അപ്പോൾ രണ്ടാമതൊരു പെൺകുട്ടിയുടെ ശബ്ദം 'ചെകുത്താനെന്നു പറഞ്ഞാൽ നമ്മളെയൊക്കെ ഉപദ്രവിക്കാൻ നടക്കുന്ന ഒരു ജീവിയാണെന്നാണ് അമ്മൂമ്മ ഒരു കഥയിൽ പറഞ്ഞത്.'

ഞാൻ ചെകുത്താനാണോടോ?

ആരുപറഞ്ഞു നീ ചെകുത്താനാണെന്ന്?

ഞങ്ങടമ്മ എന്നെ ചെകുത്താനെന്നു വിളിച്ചടോ.

നിന്നെ എന്തിനാണമ്മ അങ്ങനെ വിളിച്ചത്?

അതേ, മൂന്നു ദിവസം മുമ്പ് ഞാൻ സ്കൂളിൽ ലോംങ്ജമ്പ് പ്രാക്ടീസു ചെയ്തപ്പോൾ കാലുതെന്നി മറിഞ്ഞുവീണതു താനും കണ്ടതല്ലേ? അന്നു കളി കഴിഞ്ഞു സൈക്കിൾ ചവിട്ടി വീട്ടിലെത്തിയപ്പോൾ ആറു മണിയായി. അപ്പോൾ ചെറുതായൊരു മേലുവേദന ഉണ്ടായിരുന്നു. മറിഞ്ഞുവീണതുകൊണ്ടായിരിക്കുമെന്നു കരുതി ഞാനാരോടും പറഞ്ഞില്ല. അമ്മ ആശുപത്രിയിൽ നൈറ്റ് ഡ്യൂട്ടിക്കു പോകാനായിട്ടൊരുങ്ങുന്നു.

നിന്റമ്മ ഡോക്ടറാണോ?

ഏയ്, ഡോക്ടറൊന്നുമല്ല നെഴ്സ് ആണ്. അമ്മ പോയിക്ക

ഴിഞ്ഞു രാത്രി ആയപ്പോഴേക്കും എനിക്കു നല്ല മേലുവേദന, ദേഹം പൊള്ളുന്നതുപോലെ. ഞാൻ അമ്മയ്ക്കു ഫോൺ ചെയ്തു. എനിക്കു നല്ല മേലുവേദനയുണ്ടെന്നും പനിയാണെന്നു തോന്നുന്നുവെന്നും പറഞ്ഞു. അതുകേട്ട് അമ്മ എന്നെ ഒത്തിരി വഴക്കു പറഞ്ഞു.

ങേ! പനിയാണെന്നു പറഞ്ഞതിനു വഴക്കു പറയുന്നതെന്തിനാ? നിന്റമ്മ എന്തു വഴക്കാ പറഞ്ഞത്?

പനിയാണെന്നു തോന്നാൻ നീയെന്താ ഡോക്ടറാണോ. ഇവിടെ, ആശുപത്രിയിൽ അതിനേക്കാൾ വലിയ പനിക്കാരാ കിടക്കുന്നത്. നിന്നുതിരിയാൻ നേരമില്ല അപ്പൊഴാ അവളുടെ ഒരു മേലു വേദന. ഞാനവിടെ ഇല്ലാത്തതിന്റെ കുഴപ്പമാ നിനക്ക്. ചുമ്മാ കിടന്നുറങ്ങാൻ നോക്ക്.

പിന്നെയും അമ്മ എന്തൊക്കെയോ പറഞ്ഞു. അവസാനം പറയുവാണേ ചൂടുണ്ടെങ്കിൽ ഡൈനിംഗ് ടേബിളിന്റെ മേലേ ഇരിക്കുന്ന ഡപ്പിയിൽ നിന്നും ഒരു ഗുളിക എടുത്തു കഴിച്ചു വെള്ളം കുടിച്ചു കിടക്കാൻ. ഗുളിക എടുത്തു തരാൻ ഞാൻ അമ്മുമ്മയോടു പറഞ്ഞു. ഗുളിക കഴിച്ചെങ്കിലും അർദ്ധരാത്രി ആയപ്പോൾ എന്റെ കണ്ണിൽനിന്നും ചൂടിറങ്ങി വരുന്നതുപോലെ തോന്നി.

വീട്ടിലന്ന് അമ്മുമ്മയും ഞാനും മാത്രമേയുള്ളു. എന്നും അച്ഛൻ ഉണ്ടാകുന്നതാണ്. അന്ന് അച്ഛനില്ലായിരുന്നു.

നിന്റെ അച്ഛനന്നെവിടെപ്പോയി ?

അച്ഛൻ കമ്പനീലെ ഡ്രൈവറാ. അന്നു ദൂരെ എവിടെയോ പോയിരിക്കുകയായിരുന്നു. എനിക്കു പേടിയായി. കരച്ചിൽ വന്നിട്ടു ഞാൻ പിന്നെയും അമ്മയ്ക്കു ഫോൺചെയ്തു. അപ്പോൾ അമ്മ പറയുവാണേ 'കെടന്നു മോങ്ങാതെടീ, ഈ ചെകുത്താൻ എനിക്കൊരു സൈ്വര്യവും തരുത്തില്ലല്ലോ'. രാവിലെ ഞാനങ്ങു വരുത്തില്ലേ. ചൂടു കുറഞ്ഞില്ലെങ്കിൽ ഒരു ഗുളിക കൂടി തരാൻ അമ്മുമ്മയോട് പറ. അന്നു ഞാൻ ഉറങ്ങിയില്ല.

എന്റമ്മ അങ്ങനെയൊന്നും വഴക്കു പറയില്ല

നിന്റെമ്മക്കു ജോലിയുണ്ടോ?

തുണിക്കടയിലാ ജോലി. ഞാൻ സ്ക്കൂളിലേക്കിറങ്ങുമ്പോൾ അമ്മ തുണിക്കടയിലേക്കു പോകും. രാത്രി എട്ടു മണി കഴിഞ്ഞിട്ടേ വരൂ. അപ്പൂപ്പനും അമ്മുമ്മയും ഉള്ളതുകൊണ്ടെനിക്കു പേടിയില്ല.

എന്റെമ്മയെ നീ കണ്ടുകാണും.

ഒരു ദിവസം രാവിലെ പി.റ്റി.പീരീഡിൽ വെയിലത്തു കളിച്ചു കൊണ്ടിരുന്നപ്പോൾ ഞാൻ തളർന്നുവീണതു നീ ഓർക്കുന്നില്ലേ?.

അന്നെന്നെ വീട്ടിൽ കൊണ്ടുപോകാൻ വന്നത് അമ്മയായിരുന്നു. വീട്ടിലെത്തിയപ്പോൾ തണുത്തവെള്ളംകൊണ്ട് അമ്മ എന്റെ മേലാകെ തുടച്ചു. പുറത്തിറങ്ങാതെ റെസ്റ്റെടുക്കണമെന്നു പറഞ്ഞിട്ട് അമ്മ വീണ്ടും കടയിൽ പോയി. പിന്നെ അമ്മ വന്നത് രാത്രി എട്ടുമണിക്കാണ്. അമ്മ വരുന്നതിനു മുമ്പ് സന്ധ്യ കഴിഞ്ഞപ്പോൾ എനിക്കൊരു തലവേദന ഉണ്ടായി. അപ്പൂപ്പൻ അമ്മയ്ക്ക് ഫോൺ ചെയ്തു കാര്യം പറഞ്ഞിട്ടു ഫോൺ എനിക്കു തന്നു. 'മോളേ,അതു സാരമില്ല രാവിലെ വെയിലുകൊണ്ടതുകൊണ്ടായിക്കും. അമ്മ ഒരു മണിക്കൂറിനുള്ളിൽ എത്തിക്കൊള്ളാം'. എന്നെല്ലാം അമ്മ പറയുന്നത് കേട്ടപ്പോൾ എനിക്ക് ആശ്വാസമായി. അമ്മ വരുമ്പോൾ അമ്മൂമ്മ ചായകൊടുക്കാറുണ്ട്. അന്ന് അമ്മ വന്നത് ഒരു ചുരിദാറുമായിട്ടായിരുന്നു.

ഞാൻ അതെടുത്തണിഞ്ഞു. കണ്ണാടിയിൽ നോക്കിയിട്ട് എന്തൊരു ഭംഗിയെന്നു പറഞ്ഞപ്പോൾ ചായ കുടിച്ചുകൊണ്ടിരുന്ന അമ്മ പറഞ്ഞത് എന്റെ മോളൊരു മാലാഖക്കുട്ടിയാണെന്നാണ്. ഞാൻ അപ്പൂപ്പനെ നോക്കിയപ്പോൾ, മനുഷ്യർക്ക് നല്ലകാര്യം ചെയ്തുകൊടുക്കാനായിട്ടു ദൈവം പറഞ്ഞുവിടുന്ന സുന്ദരിമാരാണു മാലാഖമാരെന്ന് അപ്പൂപ്പനും പറഞ്ഞു. അതെല്ലാം കേട്ടപ്പോൾ എന്റെ നെറ്റിയിലെ ചൂടെല്ലാം പോയി, കുളിരു കോരുമ്പോലുള്ള ഒരുന്മേഷം.

പിന്നെയും ആ കുട്ടികൾ രണ്ടുംകൂടി എന്തൊക്കെയോ പറഞ്ഞു. പക്ഷേ, അതൊന്നും ഞാൻ ശ്രദ്ധിച്ചില്ല.

ചെവിയിൽ മുഴങ്ങിക്കേട്ടത് ആ കുട്ടികൾ പറഞ്ഞ രണ്ടു വാക്കുകൾ മാത്രം,ചെകുത്താനും മാലാഖയും. ഒരമ്മ മകളെ ചെകുത്താനെന്നു വിളിച്ചപ്പോൾ മറ്റേയമ്മ മാലാഖയെന്നാണു വിശേഷിപ്പിച്ചത്.

അമ്മമാർക്കായിട്ടൊരു ചോദ്യം ഇതാ,

ചെകുത്താനെന്ന് അമ്മ വിളിച്ചപ്പോൾ അതു കേട്ട മകളുടെ മാനസികാവസ്ഥ എന്തായിരിക്കും?

താൻ ചെകുത്താനാണ്, മറ്റുള്ളവർക്ക് ഉപദ്രവം ഉണ്ടാക്കുന്ന ജീവിയാണ്, അതിനാൽ തന്നെ ആർക്കും ഇഷ്ടം ഉണ്ടാകില്ല എന്നി

ങ്ങനെയുള്ള ഭയവും സങ്കടവും നെഗറ്റീവ് സ്ട്രോക്കുകളായി ആ കുട്ടിയുടെ തലയിൽ രജിസ്റ്റർ ചെയ്യുന്നതോടൊപ്പംതന്നെ ആത്മവിശ്വാസമില്ലായ്മ കൊണ്ട് ഭാവിയിൽ ഈ കുട്ടി മറ്റുള്ള വരിൽനിന്നും ഒഴിഞ്ഞുമാറി നിൽക്കുന്ന സ്വഭാവക്കാരിയാകാനും സാധ്യതയുണ്ടു ടീച്ചർ.

അടുത്ത ചോദ്യം അച്ഛൻമാരോടാണ്.

ഭൂമിയിലെ മനുഷ്യർക്ക് നല്ല കാര്യങ്ങൾ ചെയ്തു കൊടുക്കുന്ന സുന്ദരിയായ മാലാഖയാണു താനെന്ന് അമ്മയിൽ നിന്നും അപ്പുപ്പ നിൽ നിന്നും കേട്ട കുട്ടിയുടെ മാനസികാവസ്ഥ എന്തായിരിക്കും?

ഭാവിയിൽ ഈ കുട്ടി, സുന്ദരിയാണെന്ന ആത്മവിശ്വാസം ഉള്ള വളും മറ്റുള്ളവർക്കു നൻമ്മകളും സഹായങ്ങളും ചെയ്യുന്നതിനു മനസ്സുള്ളവളും അതിൽ അഭിമാനം കൊള്ളുന്നവളുമായിത്തീരാ നാണ് സാധ്യത. അതിലൊക്കെ ഉപരിയായി സന്തോഷ ഭാവമുള്ള വളായിത്തീരുകയും ചെയ്യും ടീച്ചർ.

ഇന്നത്തെ ക്ലാസ്സിൽ പറഞ്ഞ കാര്യങ്ങളുടെ ഒരു സംക്ഷിപ്ത രൂപം ആല്ലെങ്കിൽ അതിന്റെ മർമ്മം എന്താണെന്നു പറയാമോ?

ഏറെ നേരമായിട്ടും ആരും ഒന്നും പറയാതായപ്പോൾ-

എന്താ ആരുമൊന്നും മിണ്ടാത്തത്? എനിക്കറിയാം നിങ്ങളി പ്പോൾ നിങ്ങളുടെ മക്കളുമായി നടത്തിയിട്ടുള്ള സംഭാഷണങ്ങൾ ഓർക്കുകയാണ് അല്ലേ? ശരി ഞാൻതന്നെ ഇതിനുത്തരം പറയാമെന്നായി ടീച്ചർ.

1) കുഞ്ഞുങ്ങളുടെ വിഷമങ്ങളേയും ദുഃഖങ്ങളേയും അവഗണി ക്കരുതെന്നു മാത്രമല്ല അവ ശ്രദ്ധയോടെ കേൾക്കുകയും വേണം

2) കുഞ്ഞുങ്ങളുടെ പരാതി നിസ്സാരമാണെന്നു കണ്ടിട്ട് അവരെ നിരുത്സാഹപ്പെടുത്തരുത്.

3) അവരുടെ സന്തോഷങ്ങൾ കണ്ടില്ലെന്നു നടിക്കരുത്.

4) കുഞ്ഞുങ്ങളുടെ വികാരങ്ങൾ അതു പോസിറ്റീവായാലും നെഗറ്റീവ് ആയാലും അവയെ ശരിയായി മനസിലാക്കണം

5) അവരുടെ വികാരങ്ങൾ എന്തായാലും അവ തടസ്സമില്ലാതെ പ്രകടിപ്പിക്കാനും പറയാനും അവരെ പ്രോത്സാഹിപ്പിക്കണം

6) അവർ സംസാരിക്കുമ്പോൾ അവരുടെ വികാരങ്ങളിൽ പങ്കു ചേർന്നുകൊണ്ട് ഇടയ്ക്കിടക്ക് അവരോടു സംസാരിക്കാൻ

ശ്രമിക്കണം

ഉദാഹരണങ്ങൾ:

കൊച്ചുമോൻ മാർക്കു കിട്ടിയ സന്തോഷമാണു വന്നു പറയുന്ന തെങ്കിൽ,

ങ്ഹാ, മോനു നൂറിൽ തൊണ്ണൂറ്റിയെട്ടും കിട്ടിയല്ലോ, മിടുക്കൻ എന്നു പ്രതികരിക്കാം.

പേടിച്ചുപോയ കാര്യമെന്തെങ്കിലുമാണു മോളു വന്നു പറയുന്ന തെങ്കിലോ?

മോളന്നേരം ഒത്തിരി പേടിച്ചു കാണും ഇല്ലേ?എന്നു ചോദിക്കാം

സങ്കടം തോന്നിയ കാര്യമാണു ഒരു മോൻ വന്നു പറയുന്ന തെങ്കിലോ?

ഹോ! അപ്പോൾ മോനൊത്തിരി സങ്കടപ്പെട്ടുകാണും ഇല്ലേ?

ഇങ്ങനെയൊക്കെയാകാം

എന്നാൽ ഒരിക്കലും എന്തിന് എന്ന ചോദ്യം പാടില്ല

ഉദാഹരണം :-

എന്തു കാര്യത്തിനാടാ നീ സങ്കടപ്പെടുന്നത് ?

നീ എന്തു കാര്യത്തിനാടീ പേടിക്കുന്നത് ?

തുടങ്ങിയ ചോദ്യങ്ങൾ അരുത്.

മൂല്യങ്ങൾ കണ്ടുപഠിക്കേണ്ടതാണ്, ചൊല്ലിക്കൊടുക്കാനുള്ളതല്ല

നാട്ടിൻപുറത്തുള്ള ഒരു വീട്ടിലേക്ക് നിങ്ങളുടെ ശ്രദ്ധ ക്ഷണിക്കുകയാണ്. ഉച്ച സമയം, അച്ഛൻ ടീ.വി.യിൽ ഏതോ സംഗീത പരിപാടി ആസ്വദിച്ചിരിക്കുന്നു. മകൻ മുറ്റത്തു മറ്റൊരു കുട്ടിയുമായി കളിക്കുന്നു. ഇളയ മകൾ ഊണു കഴിച്ചു കൊണ്ടിരിക്കുന്നു.

ഭാര്യ കുറേനേരമായി ഭർത്താവിനെ ഊണുകഴിക്കാനായി വിളിക്കുന്നുണ്ട്. പക്ഷേ അദ്ദേഹം ടീ.വി.പരിപാടി കണ്ടു രസിച്ചിരിക്കുകയാണ്. പിന്നീട് അവർ തന്റെ മകനെ ഊണുകഴിക്കാൻ വിളിക്കുന്നു. കളിച്ചുകൊണ്ടിരിക്കുന്ന അവൻ അതു കേട്ടതായിപ്പോലും ഭാവിക്കാതെ കളിയുടെ ശ്രദ്ധയിലാണ്. പല പ്രാവശ്യം വിളിച്ചിട്ടും അവനെത്തുന്നില്ല. അമ്മ മകനെ വിളിക്കുന്നതു കേട്ടുകൊണ്ടിരുന്ന അച്ഛൻ:

'എടാ,അമ്മ വിളിക്കുന്നതു കേട്ടില്ലേ'

എന്ന് പറഞ്ഞിട്ടു വീണ്ടും ടീ.വി.യിലെ പരിപാടിയിൽ മുങ്ങി. വീണ്ടും മകനെ വിളിക്കുന്നതു കേട്ടപ്പോൾ തനിക്കേതോ അലോസരം നേരിട്ടപോലെ അച്ഛന്റെ ആക്രോശം. 'എപ്പോൾ നോക്കിയാലും അവന്റെയൊരു കളി, നീയെന്റെ കൈയിൽ നിന്നു വാങ്ങിക്കും പറഞ്ഞേക്കാം, പോയി ഊണു കഴിക്കടാ'

ഇതു കേട്ടുകൊണ്ടു മനസ്സില്ലാമനസ്സോടെ കളിയവസാനിപ്പിച്ച് ഊണു കഴിക്കാൻ പോകുന്ന മകന്റെ മനസ്സിലെ ചിന്ത അപ്പോഴെന്തായിരിക്കും?

പേരക്കുട്ടിയുടെ രക്ഷകർത്താവായി വന്ന രാധമ്മ, താൻ പറയാമെന്നു കൈയുയർത്തിക്കാട്ടി.

ശരി പറയൂ

'ഓ, പിന്നേ, ഒരു ഭീഷണി, അച്ഛനവിടിരുന്നു ടീ.വി. കാണാം, അതിനൊരു കുഴപ്പോമില്ല'

'അല്ലാ, രാധമ്മച്ചേച്ചിക്ക് ഇത്ര കൃത്യമായിട്ടിതെങ്ങനെ അറിയാം'

'എന്റെ മോളേ ഞാനിതെത്രയോ നാളായിട്ടനുഭവിക്കുന്നതാ. ഒരു പത്തു പ്രാവശ്യമെങ്കിലും വിളിക്കാതെ എന്റെ വീട്ടുകാരൻ ഉണ്ണാൻ വരില്ല'

ക്ലാസ്സിൽ സ്ത്രീകളുടെ ഭാഗത്താകെയും ചിരിപടർന്നു.

തുടർന്നു ടീച്ചറുടെ വക ചോദ്യം.

ഇവിടിരിക്കുന്ന പുരുഷൻമാർ ആരെങ്കിലും അങ്ങനെ യാണോ?

അല്ലെന്നോ ആണെന്നോ ഉള്ള പ്രതികരണമൊന്നും ലഭിക്കാ ഞ്ഞതിനാൽ ടീച്ചർ വീണ്ടും -

'പിന്നെങ്ങനെ നിങ്ങൾക്കു മക്കളെ നല്ലശീലം പഠിപ്പിക്കാൻ കഴിയും? ജീവിതത്തെ നേരിടാനുള്ള സൂത്രങ്ങൾ കുഞ്ഞുങ്ങളെ പഠിപ്പിക്കാനായി അവ ചൊല്ലിക്കൊടുക്കേണ്ട കാര്യമില്ല'. ചൊല്ലി ക്കൊടുത്തിട്ടും കാര്യമില്ല. എല്ലാ സൂത്രങ്ങളും കുഞ്ഞുങ്ങൾ മാതാപിതാക്കളിൽനിന്നും കണ്ടുപഠിച്ചുകൊള്ളും. ഓരോ കാര്യവും ചെയ്യാനായി കുട്ടികളെ നിങ്ങൾ പ്രേരിപ്പിക്കുമ്പോൾ അവയെല്ലാം മാതാപിതാക്കളും ചെയ്യുന്നുണ്ടോ എന്ന് കുട്ടികൾ ശ്രദ്ധിക്കാറു ണ്ട്. അതിനാൽ മാതാപിതാക്കൾ മക്കൾക്കു മാതൃകയായി ഇരു ന്നാൽമാത്രം മതി.

ഒരിക്കൽ ഞാനെന്റെ സുഹൃത്തിന്റെ വീട്ടിൽ എത്തുമ്പോൾ ആ വീട്ടിലെ മൂന്നു വയസ്സുള്ള കുഞ്ഞ് വീടിനു പുറത്തിരുന്നു കളിക്കുകയായിരുന്നു. ശ്രദ്ധിച്ചപ്പോൾ അവൻ ഒരു വലിയ ചിരട്ട കഴുകുകയാണെന്നു മനസ്സിലായി. നിരന്തരം ആ വീട്ടിൽ പോകുന്ന എനിക്ക് കുഞ്ഞുമായി നല്ല പരിചയമാണ്. ഇതെന്താണു മോനേ എന്നു ഞാൻ ചോദിച്ചു.

'ഞാനേ,പാത്രം കഴുകി വെയ്ക്കുവാ' കുഞ്ഞു പറഞ്ഞു.

എന്തിനാ മോനേ?

ഞാനേ,വലുതാകുവല്ലോ,അപ്പോഴേ, ഈ ചെരട്ടേലേ അച്ഛനു ഞാൻ ചോറു കൊടുക്കും.

അയ്യോ മോനേ അതു ചീത്തപ്പാത്രമല്ലേ? അച്ഛനു നല്ല പാത്രത്തിലല്ലേ ചോറു കൊടുക്കേണ്ടത്. ഞാനൊരു നല്ല ശീലം കുട്ടിക്കു പറഞ്ഞുകൊടുക്കാൻ ശ്രമിക്കുകയായിരുന്നു.

'വേണ്ടാ,നല്ല പാത്രം വേണ്ടാ'

അതെന്താ മോനേ?

അച്ഛൻ അപ്പുപ്പനു ചോറുകൊടുക്കുന്നതേ നല്ലപാത്രത്തിലല്ലല്ലോ.

അവന്റെ ഉത്തരംകേട്ടു ഞാൻ ഞെട്ടിപ്പോയി. അച്ഛനെ മകൻ എങ്ങനെ പരിചരിക്കണമെന്ന് മൂന്നു വയസ്സുള്ള ആ കുഞ്ഞ് സ്വന്തം അച്ഛനിൽനിന്നും പഠിച്ചുകഴിഞ്ഞിരിക്കുന്നു. കുട്ടിയെ നല്ല ശീലം പഠിപ്പിക്കാൻ ശ്രമിച്ച എനിക്കാണ് തെറ്റു പറ്റിയത്.

ജീവിതത്തിൽ അനുവർത്തിക്കേണ്ട മൂല്യങ്ങൾ ഒന്നുംതന്നെ പറഞ്ഞു കൊടുത്തല്ല കുഞ്ഞുങ്ങളെ പഠിപ്പിക്കേണ്ടത്. അവർ എല്ലാം നിരീക്ഷിക്കുന്നുണ്ടെന്ന കാര്യം നമ്മളറിയാതെ പോകുന്നു.

കുഞ്ഞുങ്ങൾ നിരീക്ഷകരും അനുകരണപ്രിയരുമാണ്.

എല്ലാം കണ്ടു പഠിക്കുന്നവരാണവർ. അവരുടെ നിരീക്ഷണമാണ് അവരെ പ്രവൃത്തിയിൽ കൊണ്ടെത്തിക്കുന്നത്.

അവരുടെ മാതൃക എപ്പോഴും രക്ഷിതാക്കളുടെ പ്രവൃത്തികളാണെന്ന കാര്യം നാം മറന്നുപോകരുത്.

,

കുട്ടികളുടെ ബോധമണ്ഡലം സജീവമാകാൻ ധാരാളം സ്ട്രോക്കുകൾ കിട്ടി വളരട്ടെ

ഞായറാഴ്ച രാവിലെ കാപ്പികുടി കഴിഞ്ഞ് ബാറ്റുമായി കളിക്കാനിറങ്ങിയതാണ് എട്ടാം ക്ലാസുകാരനായ കുട്ടി. ഉച്ച കഴിഞ്ഞിട്ടും ഊണുകഴിക്കാൻ വന്നില്ല. ഒടുവിൽ, കളികഴിഞ്ഞ് വിയർപ്പിൽകുളിച്ച് അവൻ വന്നുകയറുമ്പോൾ സമയം മൂന്നുമണി. ആ മുഖം നിറയെ കളിയിൽ നിന്നും കിട്ടിയ സന്തോഷത്തിന്റെ തെളിച്ചം കാണാം. കുട്ടി വന്നുകയറിയപ്പോൾതന്നെ അമ്മ ശകാരം തുടങ്ങി.

'ഹോ! വന്നോ, ഒരു വല്ല്യ തെണ്ടുൽകർ വന്നിരിക്കുന്നു. എവിടെ ആയിരുന്നിതുവരെ?'

തിന്നാനും, കുടിക്കാനും അവനൊട്ടും നേരമില്ല. നേരം വെളുത്തപ്പോൾ ഇവിടുന്നു ചാടിയതാ കൊരങ്ങൻ. തെണ്ടിത്തിരിഞ്ഞിപ്പോൾ കേറിവന്നിരിക്യാ. അവധിദിവസം നാലക്ഷരം വായിക്കണമെന്നൊരു വിചാരമേയില്ല,അവന്റെയൊരു കളി. ഒരു ദിവസം നിന്റെ ഈ ബാറ്റ് ഞാൻ അടുപ്പിലിട്ടു കത്തിക്കും, നോക്കിക്കോ നീ. അതോടെ നിന്റെ കളിതീരും.'

അമ്മ പിന്നെയും എന്തൊക്കെയോ പറഞ്ഞു തുള്ളുന്നുണ്ട്.

ഈ ശകാരം സ്ഥിരം കേൾക്കുന്ന മകൻ അമ്മയ്ക്കെതിരേ മനസ്സിലെങ്കിലും എന്തെങ്കിലും പറയാതിരിക്കുമോ, അതെന്തായിരിക്കാനാണു സാദ്ധ്യത?

ടീച്ചർ എല്ലാവരിലേക്കും കണ്ണോടിക്കുമ്പോൾ നാരായണൻ അതിനുത്തരം പറഞ്ഞതു ടീച്ചറുടെ മുഖത്തുനോക്കിക്കൊണ്ടായിരുന്നു.

'അന്നു നിന്നെയും ഞാൻ കത്തിക്കുമെടീ ഭദ്രകാളീ' ക്ലാസിലാകെ ചിരിയുടെ പൂരം.

ഇങ്ങനെ ചേട്ടനെവിടെങ്കിലും കേട്ടിട്ടുണ്ടോ? ചിരിച്ചുകൊണ്ടാ

യിരുന്നു ടീച്ചറുടെ ചോദ്യം.

പിന്നേ,എന്റെ അയൽവീട്ടിൽ മിക്കവാറും ഞാൻ കേൾക്കുന്നതാ ടീച്ചറേ.

ഇവിടെ കേട്ട അമ്മയുടെ സംഭാഷണങ്ങളിലൂടെ കുട്ടിയുടെ തലയിലേക്കു കയറിക്കൂടുന്ന നെഗറ്റീവ് സ്ട്രോക്കുകളുണ്ടാക്കുന്ന വികാരങ്ങൾഎന്തെല്ലാമാണെന്നു നമുക്കൊന്നു പരിശോധിക്കാം.

തെണ്ടിത്തിരിയുന്ന കൊരങ്ങനാണു താനെന്നുള്ള ആക്ഷേപം പലനാൾ കുട്ടി കേൾക്കേണ്ടിവരുമ്പോൾ എന്താണു സംഭവിക്കുക എന്നറിയാമോ?

താൻ മറ്റുള്ളവരോടൊപ്പം ചേരാൻ കൊള്ളാത്തവനാണെന്നും തനിക്കെന്തോ കുറവുണ്ടെന്നുമുള്ള ഒരു തോന്നലും ജാള്യതയും കുട്ടിക്കുണ്ടാകാം. അതുമൂലം മറ്റുള്ളവരോടു സഹകരിക്കാനുള്ള വൈഷമ്യവും ഉണ്ടാകാം. അങ്ങനെ വന്നാൽ, അതു ഭാവിയിൽ പൊതുസമൂഹത്തിൽ നിന്നും ഉൾവലിഞ്ഞു നിൽക്കാനുള്ള കാരണമായേക്കാം.

ഇതിനു പുറമേ മറ്റേതെങ്കിലും രീതിയിലുള്ള നെഗറ്റീവ് സ്ട്രോക്കുകൾ കുട്ടിക്കു ലഭിക്കാൻ സാദ്ധ്യതയുണ്ടോ?

ഗീതയാണതിനുത്തരം പറഞ്ഞത്

'ഇനിയും കളിക്കാൻ പോയാൽ അമ്മ ബാറ്റു കത്തിച്ചുകളയുമോ എന്ന ഭീതി കുട്ടിക്കുണ്ടാകാം.

ശരി, വേറെയെന്തെങ്കിലും?

'അമ്മയോടു കുട്ടിക്ക് വെറുപ്പും വിദ്വേഷവും തോന്നാം'

ഞാനും നിങ്ങളും പറഞ്ഞതെല്ലാംതന്നെ നെഗറ്റീവ് സ്ട്രോക്കുകളുണ്ടാകുന്നതിനെപ്പറ്റിയാണ്. ഇവയൊന്നും കുഞ്ഞിന്റെ വ്യക്തിത്വത്തിനു ഗുണം ചെയ്യുന്നവയല്ല.

'സദാസമയവും കളിയേ,കളിയേ എന്നുപറഞ്ഞു പഠിക്കാതെ നടക്കുന്ന ഇവൻമാരെ പിന്നെയെന്തു ചെയ്യണം ടീച്ചർ?' പണം പലിശക്കു കൊടുക്കുന്ന കണിശക്കാരനായ പ്രതാപന്റേതായിരുന്നു ആ ചോദ്യം.

അദ്ദേഹത്തെ നോക്കിയുള്ള ടീച്ചറുടെ മറുപടിയിൽ മറ്റൊരു വീട്ടിലെ അമ്മയുടേയും മകന്റെയും കഥകൂടി ചുരുളഴിഞ്ഞു.

വേനലവധിക്കാലത്ത് നാട്ടിൻപുറത്തൊരു വീട്ടിലെ അമ്മ

ഉച്ചയ്ക്ക് രണ്ടുമണിക്ക് ആറാം ക്ലാസ്സുകാരനായ മകനെ വിളിക്കുന്നു. കാണായ്കയാൽ അമ്മ വീണ്ടും വിളിക്കുന്നു. അടുത്തെവിടെയോ കളിയ്ക്കുകയായിരുന്ന മകൻ കുറച്ചു കഴിഞ്ഞപ്പോൾ എത്തി. ശരീരമാകെ വിയർപ്പും പൊടിയും. പല പ്രാവശ്യം വിളിച്ചിട്ടും എത്താൻ താമസിച്ചതിന്റെ പരിഭവം അമ്മയുടെ മുഖത്തുണ്ട്.

'എന്താ മോനേ വിളിച്ചാൽ വിളി കേട്ടുകൂടേ? സമയത്തു വല്ലതും കഴിക്കണ്ടേ? എങ്കിലല്ലേ ആരോഗ്യത്തോടെ കളിക്കാൻ കഴിയൂ. അയ്യോ നിന്റെ ഉടുപ്പെവിടെ?'

അതു ഞാൻ ഊരി ഗ്രൗണ്ടിനു പുറത്തു വച്ചിട്ടുണ്ടമ്മേ.

'അതവിടെ ഇരുന്നാൽ മതിയോ മോനെ'?

അമ്മേ, അതവിടെ ത്തന്നെ കാണും, നാളെയെടുക്കാം.

'കളിയെല്ലാം തീർന്നിട്ടാണോ നീ വരുന്നത്?'

അതേയമ്മേ,അടിപൊളിക്കളിയായിരുന്നു. എല്ലാവരും വല്ല്യ കയ്യടി ആയിരുന്നു.

പക്ഷേ, അവസാന ഓവറിൽ ഞാൻ ക്ഷീണിച്ചു റണ്ണൗട്ടായിപ്പോയി.

'കണ്ടോ ആഹാരം കഴിക്കാതെ വിശന്നിരുന്നു കളിച്ചതുകൊണ്ടല്ലേ ഓടാൻ കഴിയാതെ റണ്ണൗട്ടായത്.

അതുസാരമില്ല മോനേ. ജയത്തിനും തോൽവിക്കും അപ്പുറം കളി നന്നായി കളിക്കുക എന്നതാണ് പ്രധാനം. പക്ഷേ, കളിമാത്രം പോരാ,സമയത്ത് ആഹാരവും കഴിക്കണം. എന്റെമോൻ വേഗം പോയി കൈയ്യും കാലും മുഖവുമെല്ലാം കഴുകിയിട്ടു വാ, അപ്പോഴേക്കും അമ്മ ചോറു വിളമ്പാം'.

ഈ അമ്മയും മകനും തമ്മിലുള്ള സംഭാഷണങ്ങൾ എല്ലാവരും കേട്ടല്ലോ. ഈ മകൻ കൈകാലുകൾ കഴുകാൻ പോകുമ്പോൾ സ്വാഭാവികമായും അവന്റെ അമ്മയെപ്പറ്റി ഓർക്കില്ലേ? അതെന്തായിരിക്കുമെന്ന് ഊഹിക്കാമോ?

അമ്മമാരുടെ ഭാഗത്തു നിന്നും ആശയാണെഴന്നേറ്റത്.

'അവന്റെ കളിയെ പ്രോത്സാഹിപ്പിച്ചും ആരോഗ്യത്തിൽ ഉത്കണ്ഠപ്പെട്ടും സമയത്ത് ആഹാരം കഴിക്കേണ്ടതിന്റെ ആവശ്യം ബോദ്ധ്യപ്പെടുത്തിയും അവനോടൊപ്പം നിന്ന അമ്മ അവനി

ലേക്കു കടത്തിവിടുന്നതെല്ലാം സ്നേഹത്തിന്റെയും കരുതലിന്റെയും പോസിറ്റീവ് സ്ട്രോക്കുകളാണ് ടീച്ചർ'.

ആശ പറഞ്ഞതിന് അനുബന്ധമായി ടീച്ചർ ഇതുകൂടി പറഞ്ഞു.

'അമ്മയുടെ സൗമ്യവും സ്നേഹമസൃണവുമായ പെരുമാറ്റത്തിലൂടെ, ഭാവിയിൽ മറ്റൊരാളിനു പോസിറ്റീവ് സ്ട്രോക്ക് കൊടുക്കേണ്ടത് എങ്ങനെയാണെന്നുള്ള അറിവുകൂടി ആ കുട്ടിയിൽ അവനറിയാതെതന്നെ കുടിയേറുകയാണ്'.

'കളികഴിഞ്ഞുവരുന്ന മക്കളോട് രണ്ടു വീടുകളിലെ അമ്മമാർ നടത്തിയ ആശയവിനിമയത്തിൽ പ്രകടമായ വ്യത്യാസമുണ്ടായിരുന്നു. ആ വ്യത്യാസമാണ് ഒരുവീട്ടിലെ കുട്ടിക്ക് പോസിറ്റീവ് സ്ട്രോക്കും മറ്റേവീട്ടിലെ കുട്ടിക്ക് നെഗറ്റീവ്സ്ട്രോക്കും കിട്ടാൻ കാരണമായത്'

ചുരുക്കത്തിൽ പറഞ്ഞാൽ കൊല്ലുന്നതും നീയേ, വളർത്തുന്നതും നീയേ,അല്ലേ ടീച്ചറേ? അതു പിടിഎ പ്രസിഡന്റായിരുന്നു.

അതെ, പ്രസിഡന്റു പറഞ്ഞതാണതിന്റെ ശരി.

കുഞ്ഞുങ്ങൾക്കു ലഭിക്കുന്ന സ്ട്രോക്കുകൾ പോസിറ്റീവ് ആയാലും നെഗറ്റീവ് ആയാലും, അതിന്റെ ഉത്തരവാദികൾ നമ്മൾ തന്നെയാണ്. അവർക്ക് പോസിറ്റീവ് സ്ട്രോക്കുകൾ മാത്രം കൊടുത്തു വളർത്തുക. അവരെ കളിച്ചുവളരാൻ അനുവദിക്കുക.

സദാ സമയവും കളിച്ചു നടക്കുന്ന ഇവന്മാരെ എന്തു ചെയ്യണമെന്നു ചോദിച്ചുകൊണ്ടു് അല്പസമയം മുമ്പ് രോഷംകൊണ്ട അച്ഛൻ വീണ്ടും എഴുന്നേറ്റു. അപ്പഴേ ടീച്ചറേ ഈ കളി മാത്രം മതിയോ?

പോരാ,കുഞ്ഞുങ്ങൾ കഥയുംകേട്ടുവളരണം. ഇന്നു മിക്ക മാതാപിതാക്കൾക്കും അതിനു സമയമില്ലല്ലോ. അതേപ്പറ്റി വിശദമായി അടുത്ത ക്ലാസ്സിൽ പറയാം.

കുഞ്ഞുങ്ങൾ കഥകൾ കേട്ടുവളരട്ടെ

അച്ഛനുമമ്മയും ഒരുകുഞ്ഞും മാത്രമുള്ള വീടുകൾ ഇന്ന് ഏറി വരികയാണ്. അങ്ങനെയുള്ള വീടുകളിലെ അച്ഛനുമമ്മയും പുറത്തു ജോലിക്കു പോകുന്നവരാണെങ്കിൽ കുഞ്ഞിന്റെകാര്യം ഏറെ കഷ്ടമാണ്. കുഞ്ഞൊന്നു കരഞ്ഞാൽ വീട്ടുജോലികൾ സമയത്തുതീരില്ല. പ്രതിവിധി ഒന്നേയുള്ളു കുഞ്ഞിനു മൊബൈൽ ഫോണിലെ കാഴ്ചകൾ അല്ലെങ്കിൽ ടെലിവിഷനിലെ കാർട്ടൂണുകൾ കാട്ടിക്കൊടുക്കുക.

കുഞ്ഞിനു സന്തോഷം. അമ്മയ്ക്ക് അതിലേറെ സന്തോഷം. കാരണം അമ്മയുടെ ജോലികളെല്ലാം സ്വൈര്യമായി നടക്കും. കുഞ്ഞിന്റെ സ്വഭാവത്തിനെ ഇതെങ്ങനെയെല്ലാം സ്വാധീനിക്കുന്നു എന്ന് അറിയേണ്ടിയിരിക്കുന്നു.

ക്രിയാത്മകമായ ചിന്തയുടെ എത്തിനോട്ടം ഒട്ടുമില്ലാത്ത, ഭാവനയില്ലാത്ത, സൗഹൃദങ്ങളില്ലാത്ത, സ്നേഹസ്പർശങ്ങളൊന്നുമില്ലാത്ത കൊടുക്കൽ വാങ്ങലും പങ്കുവയ്ക്കലുമില്ലാത്ത, മറ്റുള്ളവരുടെ ആവശ്യങ്ങളറിയാത്ത, ആശയ വിനിമയം ഒട്ടുമില്ലാത്ത സ്വാർത്ഥതയുടെ ലോകത്തേക്കാണ് ഇതുമൂലം കുട്ടികൾ എത്തിച്ചേരുന്നത്. അവിടെ ഒരോരുത്തരും അവനവനിലേക്കുതന്നെ ചുരുങ്ങുന്നു. ഈ അവസ്ഥ അപകടകരമാണ്. ഇങ്ങനെയുള്ളവരുടെ എണ്ണം നാൾക്കുനാൾ കൂടി വരുകയാണ്. കുട്ടികൾ സംസാരിച്ചുതുടങ്ങുന്ന പ്രായത്തിനുമുമ്പുതന്നെ അവർക്ക് ആസ്വദിക്കാനായി മൊബൈൽ ഫോണും ടീ.വി.യും മറ്റും തരപ്പെടുത്തിക്കൊടുത്താൽ ഒരു പക്ഷേ അച്ഛനമ്മമാർക്ക് അവരുടെ ജോലി സുഗമമായി തീർക്കാൻ കഴിഞ്ഞെന്നിരിക്കും. പക്ഷേ അതിലൊരു കെണിയിരിപ്പുണ്ട്. അതെന്താണെന്ന് ആർക്കെങ്കിലും പറയാമോ?

ആർക്കുമറിയില്ലേ? കുട്ടികൾ സംസാരിക്കുവാൻ ശീലിക്കുന്ന തെങ്ങനെയാണ്, മറ്റുള്ളവരോടുള്ള പ്രതികരണത്തിലൂടെ യല്ലേ?അവരുമായുള്ള സംഭാഷണത്തിലൂടെയല്ലേ? ഇവിടെ ടീ.വി.യിലും മൊബൈൽ ഫോണിലുംഅതിനുള്ള സാധ്യതയില്ല. അവ രണ്ടും കുഞ്ഞിനോടു സംസാരിക്കുന്നവയല്ല. അപ്പോൾ സംഭവിക്കുന്നതെന്താണ്, കുഞ്ഞുങ്ങൾ സംസാരിക്കുവാൻ തുട ങ്ങുന്ന പ്രായം ഏറിക്കൊണ്ടിരിക്കും.

ഇന്നു നാം യാത്രക്കിടയിൽ കാണുന്നവരിൽ ഏറിയപങ്കും സഹയാത്രികരെ അറിയാതെ അവനവനിലേക്ക് ഉറഞ്ഞിരുന്നു മൊബൈൽ ഫോണിലും ലാപ്ടോപ്പിലും അഭിരമിക്കുന്നവരാണ്. വേഗതയേറിയ ആധുനിക യാന്ത്രികയുഗത്തിൽ, കമ്പ്യൂട്ടറുകളും വിദൂരനിയന്ത്രണ യന്ത്രസംവിധാനങ്ങളുംമറ്റും ജനജീവിതത്തിന് ഒഴിച്ചുകൂടാൻ പാടില്ലാത്തതായി തീർന്നിട്ടുണ്ട്. അതിനാൽ അവയെ നമുക്ക് നിത്യജീവിതത്തിൽ നിന്നും ഒഴിവാക്കാൻ കഴിയില്ല എന്നതൊരു യാഥാർത്ഥ്യംതന്നെ. പഞ്ചേന്ദ്രിയങ്ങളിലൂടെ ലഭിക്കുന്ന അനുഭവങ്ങളുടെ ഗുണദോഷവശങ്ങൾ തിരിച്ചറി യാതെ, അവ സത്യമാണെന്ന ബോദ്ധ്യത്തിൽ പൂർണ്ണമായി ഉൾക്കൊണ്ട് തലച്ചോറിൽ രേഖപ്പെടുത്തുന്ന കാലമാണ് ബാല്യമെന്നതിനാൽ, ഇളംപ്രായത്തിൽ ഇങ്ങനെയുള്ള സാങ്കൽപ്പിക യാഥാർത്ഥ്യങ്ങളിൽ (virtual reality) മേഞ്ഞുനട ക്കാൻ അവരെ അനുവദിക്കുന്നത് ആശാസ്യമാണോ? അപകട കരമല്ലെ? ഒരുദാഹരണം പറയാം.

മോട്ടോർ ബൈക്ക് റൈഡിങ്ങിന്റെ പലവിധ കമ്പ്യൂട്ടർ ഗയിമു കളും ഇന്നു ലഭ്യമാണ്. അതിവേഗ റൈഡിങ്ങിനിടയിൽ ബൈക്ക് എവിടെയെങ്കിലും ഇടിച്ചാൽ,തെറിച്ചു വീഴുന്ന റൈഡർ വളരെ ശാന്തനായി എഴുന്നേറ്റുവന്ന് വീണ്ടും ബൈക്കിൽ കയറി ഓടിച്ചു പോകുന്ന കാഴ്ചയാണ് ഈ ഗയിമുകളിൽ കണ്ടുവരുന്നത്.

ഇങ്ങനെയുള്ള കമ്പ്യൂട്ടർ ഗയിമുകൾ നിരോധിക്കാൻ ഇനിയും താമസിച്ചുകൂടാ. ചുരുങ്ങിയപക്ഷം അവ കുഞ്ഞുങ്ങൾക്കു ലഭ്യമാ ക്കാതിരിക്കുകയെങ്കിലും വേണം. ഈ ഗയിമുകൾ തെറ്റായ സന്ദേ ശമാണ് കുഞ്ഞുങ്ങൾക്കു നൽകുന്നത്. അപകടം നടന്നാൽ ബൈക്ക് ഓടിക്കുന്ന തനിക്കൊന്നും പറ്റില്ല എന്ന രേഖപ്പെടുത്ത ലുകൾ ഇളംപ്രായത്തിൽത്തന്നെ തലച്ചോറിൽ സംഭവിക്കുന്നു. ഇങ്ങനെയുള്ളവർ കൗമാരദശയിൽ ഉണ്ടാക്കുന്ന റോഡപകട

ങ്ങൾമൂലം എത്രയെത്ര കുരുന്നു ജീവിതങ്ങളാണ് നിരത്തുകളിൽ പൊലിയുന്നത്. അവരെ മരണത്തിലേക്കു കൂട്ടിക്കൊണ്ടു പോകുന്നതിൽ പ്രധാന പങ്കുവഹിക്കുന്നത് വേഗതയേറിയ ന്യൂ ജനറേഷൻ ബൈക്കുകളാണ്. രണ്ടായിരത്തി ഇരുപതിൽ കേരളത്തിൽ നടന്ന 27877 റോഡപകടങ്ങളിൽ 11831 എണ്ണവും ഇരുചക്രവാഹനങ്ങൾ ഉണ്ടാക്കിയതാണെന്ന് പോലീസ് റിപ്പോർട്ടു പറയുന്നതായി 2021 ഏപ്രിൽ മാസം പത്രവാർത്ത കണ്ടു. ഇതേകാലത്ത് വായിച്ച മറ്റൊരു പത്രവാർത്തകൂടി പറയാം. .ന്യൂജൻബൈക്കിൽ അമിത വേഗതയിൽ പാഞ്ഞുപോയ ഒരുകുട്ടിയെ ആറാട്ടുപുഴ പോലീസ് പിടികൂടിയ പ്പോൾ ലൈസൻസില്ല, കുട്ടിക്ക് അതിനുള്ള പ്രായവുമായില്ല. മാതാപിതാക്കളെ സ്റ്റേഷനിലേക്കു വിളിപ്പിച്ചപ്പോഴാണ് കാര്യമറിയുന്നത്. രണ്ടു ലക്ഷത്തോളം വിലയുള്ള ന്യൂജൻബൈക്കു വാങ്ങിക്കൊടുത്തില്ലെങ്കിൽ ആത്മഹത്യചെയ്യുമെന്ന മകന്റെ ഭീഷണിക്കു മുന്നിൽ, മറ്റൊരു വഴിയുമില്ലാതെ കൂലിപ്പണിക്കാരായ അവർ വീടിന്റെ ആധാരം പണയപ്പെടുത്തി ബൈക്കു വാങ്ങി ക്കൊടുക്കുകയായിരുന്നു. ഇളംപ്രായത്തിൽ കുഞ്ഞുങ്ങൾ virtual reality കൾക്ക് അടിമകളാകാതിരിക്കാൻ ഓരോ മാതാപിതാക്കളും കൂടുതൽ ശ്രദ്ധിക്കേണ്ടിയിരിക്കുന്നു.

യാഥാർത്ഥ്യബോധമുള്ള ഒരു തലമുറ വളർന്നുവരണമെങ്കിൽ കുഞ്ഞുങ്ങളുടെ ഭാവനയും മനോവിശാലതയും ഭാഷ കൈകാര്യം ചെയ്യാനുള്ള കഴിവും കൂടുതലായി വളർത്തിയെടുക്കേണ്ടിയിരിക്കുന്നു.അതിനുള്ളൊരു മാർഗ്ഗമാണ് കഥകളിലൂടെ അവരെ വഴിനടത്തിക്കൽ. അച്ഛനമ്മമാർ അതിനായി സമയംകണ്ടെത്തണം. കഥകൾ എപ്പോഴും കുഞ്ഞുങ്ങളുടെ പ്രായമനുസരിച്ചുള്ളതായിരിക്കണം. വായിക്കാൻ പ്രായമാകാത്ത കുഞ്ഞിനെ ചിത്രങ്ങൾ കാട്ടി അതിന്റെ കഥ വിവരിച്ചുകൊടുക്കുമ്പോൾ, കാഴ്ചയിലൂടെയും കേഴ്വിയിലൂടെയും ഒരേസമയം കുഞ്ഞ് അറിവു നേടുന്നു. അവർ വായിച്ചു തുടങ്ങുന്ന പ്രായമാകുമ്പോൾ കഥാപുസ്തകങ്ങൾ കൊടുക്കാം. വായന അവർ ഉൾക്കൊണ്ടിട്ടുണ്ടോ എന്നറിയാനായി വായിച്ച കഥകളുടെ സംഗ്രഹം അവരെക്കൊണ്ടു പറയിപ്പിക്കാം. ഇത് അവരുടെ ഏകാഗ്രത വർദ്ധിപ്പിക്കുമെന്നു മാത്രമല്ല, പരീക്ഷാവിജയങ്ങൾക്ക് ഒട്ടേറെ സഹായകവുമാകും.

കുറേക്കൂടി പ്രായമാകുമ്പോൾ, കുഞ്ഞുങ്ങൾ ഭാഷ നന്നായി

എഴുതിത്തുടങ്ങുന്ന അവസ്ഥയിൽ അവർക്ക് ഏതെങ്കിലും വിഷയം കൊടുക്കാം. എന്നിട്ട് അതിനെചുറ്റിപ്പറ്റി ഒരുകഥയുണ്ടാക്കാൻ പറയാം. അങ്ങനെയുണ്ടാക്കുന്ന കഥകളിൽ ഒരു കാരണവശാലും കുറ്റം കണ്ടെത്താൻ ശ്രമിക്കരുത്. കാരണം, അവരിൽ ഭാവനയുടെ ഒരു ചെറുനാമ്പെങ്കിലും മുളച്ചിട്ടുണ്ടെങ്കിൽ ഈ കുറ്റപ്പെടുത്തലോടുകൂടി എന്നേക്കുമായി അതു കരിഞ്ഞുപോയേക്കാം. എന്നാൽ, അവരുടെ രചനകളിലെ ഭാഷാപരമായ പോരായ്മകൾ സൗമ്യമായി ചൂണ്ടിക്കാട്ടി തിരുത്തിക്കൊടുക്കാം. കുഞ്ഞുങ്ങൾ ചെറുപ്പംമുതൽ പാഠ്യവിഷയങ്ങൾക്കു പുറമേ നല്ല നല്ല കഥാപുസ്തകങ്ങളും മഹദ്വ്യക്തികളുടെ ജീവചരിത്രങ്ങളും വായിച്ചു തുടങ്ങിയാൽ അതവരുടെ വ്യക്തിവികാസത്തിന് ഏറെ ഗുണംചെയ്യും. കൂടാതെ വായന ഭാവിയിൽ ഒരു ശീലമാവുകയും ചെയ്യും. കുഞ്ഞുണ്ണി മാഷ് പറഞ്ഞത് ഇവിടെ ഏറെ പ്രസക്തമാണ്.

'വായിച്ചാലും വളരും, വായിച്ചില്ലേലും വളരും. വായിച്ചാൽ വിളയും, വായിച്ചില്ലേൽ വളയും'

ഒരാളിന്റെ സാംസ്കാരത്തേയും ചിന്തകളേയും സ്വാധീനിക്കാൻ കൂട്ടുകാർക്കു കഴിയുന്നതുപോലെ പുസ്തകങ്ങൾക്കും അതിനുള്ള കഴിവുണ്ട്. നല്ല പുസ്തകങ്ങൾ എന്നും നല്ല കൂട്ടുകാരായിരിക്കും. ഒരിക്കൽ നമ്മോടു ചെങ്ങാത്തംകൂടിയാൽ പിന്നീടവ വിട്ടുപിരിയാത്ത കൂട്ടുകാരായിത്തീരും. അതിനാൽ നമ്മുടെ കുഞ്ഞുങ്ങൾക്ക് നല്ല പുസ്തകങ്ങൾ കൊടുക്കുമ്പോൾ അവർക്കു ലഭിക്കുന്നത് നല്ല കൂട്ടുകാരെക്കൂടിയാണെന്ന കാര്യം ഓർക്കുക. മക്കൾ നൂറിൽ നൂറു മാർക്കു വാങ്ങി ജയിക്കുന്നതാണ് പരമപ്രധാനമെന്നും അതു മാത്രമാണ് ജീവിതലക്ഷ്യവും സന്തോഷവുമെന്നു മക്കളെ ബോദ്ധ്യപ്പെടുത്താൻ ശ്രമിക്കുന്ന അച്ഛനമ്മമാരുടെ കാഴ്ചപ്പാട് വികലമാണ്. പരന്ന വായനയിലൂടെ ലഭിക്കുന്ന അറിവും വിവേചനബുദ്ധിയുമാണ് കുട്ടികൾക്ക് ഏറെ സന്തോഷവും സംതൃപ്തിയും ഉണ്ടാക്കിക്കൊടുക്കുന്നതെന്നു കൂടി മാതാപിതാക്കൾ അറിഞ്ഞിരിക്കുക.

ഒരു സംശയം എന്നു പറഞ്ഞുകൊണ്ട് പാർവ്വതി എഴുന്നേറ്റു. 'പുസ്തകങ്ങൾ എത്രവേണമെങ്കിലും വാങ്ങിക്കൊടുക്കാം, പക്ഷേ വായിക്കാൻ കുഞ്ഞിനു താൽപര്യമില്ലെങ്കിൽ എന്തു ചെയ്യും ടീച്ചറേ?'

ഉത്തരം വളരെ സിമ്പിളാണു പാർവ്വതീ. നിങ്ങൾ ഒരു നർത്തകിയല്ലേ, നിങ്ങൾ നൃത്തം ചെയ്യുന്നതു കണ്ടിട്ടല്ലേ നിങ്ങളുടെ ശിഷ്യർ അതു പഠിച്ചെടുക്കുന്നത്?

അപ്പോഴെന്താണു വേണ്ടത്, അനുകരണപ്രിയരായ കുഞ്ഞുങ്ങൾ കാണുംവിധം അച്ഛനമ്മമാർ വായനയിൽ ഏർപ്പെടുക. അച്ഛനമ്മമാരുടെ മാതൃകാപരമായ പ്രവൃത്തി മാത്രമാണ് അതിനൊരു പരിഹാരം. മറ്റൊരുകാര്യം, അവർക്ക് വായിക്കാനുള്ള സൗകര്യം ഒരുക്കിക്കൊടുക്കുക എന്നുള്ളതാണ്.

ഇന്നത്തെ കുഞ്ഞുങ്ങൾ ഏറെ അസ്വസ്ഥരാണ്. അവർക്കെങ്ങനെ ഏകാഗ്രതയോടെ പുസ്തകങ്ങൾ വായിക്കാൻ കഴിയും ടീച്ചറേ?

അതീവശ്രദ്ധയോടെ ക്ലാസ്സിൽ പങ്കെടുത്തുകൊണ്ട് തന്റെ സംശയനിവർത്തിക്കായ് കൂടെക്കൂടെ ചോദ്യങ്ങൾ ചോദിക്കുന്ന സോമവല്ലിയുടേതായിരുന്നു ആശങ്ക നിറഞ്ഞ ആ ചോദ്യം.

ശരിയായ ചോദ്യമാണ്. അസ്വസ്ഥരായ കുഞ്ഞുങ്ങളേപ്പറ്റി അടുത്ത ക്ലാസ്സൽ പറയുന്നതായിരിക്കും.

൦

അസ്വസ്ഥരായ കുഞ്ഞുങ്ങളും ഇളംമനസ്സുകളിലെ നൊമ്പരങ്ങളും

കേരളത്തിലെ ഒരു ഡി.ജി.പി. കുട്ടികൾക്കായി ഈയിടെ നടത്തിയ ഒരു വീഡിയോ പ്രഭാഷണത്തിൽ പറഞ്ഞത്, ഒരു വർഷം മുന്നൂറ് സ്കൂൾ കുട്ടികൾ കേരളത്തിൽ ആത്മഹത്യ ചെയ്യുന്നുവെന്നാണ്. ഒരുപക്ഷേ നിങ്ങളിൽ ചിലരെങ്കിലും ആ വീഡിയോ കണ്ടുകാണും. രണ്ടായിരത്തി ഇരുപതു ജനുവരിമുതൽ ജൂൺ വരെയുള്ള ആറുമാസക്കാലത്ത് കേരളത്തിൽ അറുപത്തിയാറ് കൗമാരക്കാർ ആത്മഹത്യ ചെയ്തെന്നാണ് ഔദ്യോഗിക കണക്കെങ്കിലും, അത് നൂറ്റിയിരുപത്തിയഞ്ചു പേരാണെന്ന് അനൗദ്യോഗിക കണക്കുകൾ പറയുന്നതായി രണ്ടായിരത്തി ഇരുപതു ജൂൺ മാസത്തിൽ പത്രവാർത്ത ഉണ്ടായിരുന്നു. ചിലരെങ്കിലും അതു വായിച്ചുകാണുമെന്നു കരുതുന്നു.

ഏതാണ്ട് മുപ്പതു വർഷങ്ങൾക്കു മുമ്പുവരെ കൗമാരക്കാരുടെ ആത്മഹത്യക്കു പ്രധാനകാരണം പ്രണയം മാത്രമായിരുന്നു. എന്നാലിന്നതു മാറി.

പരീക്ഷയിലെ തോൽവി, മാതാപിതാക്കളുടെ ശകാരം, സ്കൂളിലെ അച്ചടക്കലംഘനത്തിന് ശിക്ഷ ഏൽക്കൽ, ആഡംബര വസ്തുക്കൾ ലഭിക്കാതിരിക്കൽ, പ്രണയം മാതാപിതാക്കളുടെ അറിവിൽപ്പെടുക, പിതാവിന്റെ മദ്യപാനം, മാതാപിതാക്കളുടെ വഴിവിട്ട ലൈംഗികബന്ധങ്ങളെ തുടർന്നുണ്ടാകുന്ന ആക്ഷേപവും അഭിമാനക്ഷതവും, വീട്ടിലെ വഴക്കുകൾമൂലം സമാധാനമില്ലായ്മ, ലൈംഗിക ചൂഷണം, സൈബർലോകത്തെ ചതിക്കുഴികളിൽ പെടുക, ലഹരിമാഫിയകളുടെ പിടിയിൽപ്പെട്ട് ലഹരിക്ക് അടിമയാവുക, ഓൺലൈനിലൂടെയുള്ള ചൂതുകളിയിൽ വീട്ടുകാരറിയാതെ പണം നഷ്ടപ്പെട്ടപ്പെടുത്തിയതിന്റെ മാനസിക സംഘ

ർഷം എന്നിവയെല്ലാം കുട്ടികളുടെ ആത്മഹത്യക്കു കാരണമാകുന്നു. ഇതിനെല്ലാംപുറമേ ടി.വി. പ്രവർത്തിക്കാതിരുന്നതിനാൽ ഓൺലൈൻ ക്ലാസ്സുകൾ കാണാൻ കഴിയാതിരുന്നതുപോലും അത്മഹത്യക്കു കാരണമായ ചരിത്രം നമുക്കു മുന്നിലുണ്ട്. അതു സംഭവിച്ചത് മലപ്പുറത്തൊരു പെൺകുട്ടിക്കായിരുന്നു.

കുട്ടികളുടെ മനസ്സ് ഏറ്റവും കൂടുതൽ വ്രണപ്പെടുന്നത് അവരുടെ അഭിമാനം ചോദ്യംചെയ്യപ്പെടുമ്പോഴാണ്. സ്കൂളിൽ സഹപാഠികളുടെ മുന്നിൽവച്ചു ശിക്ഷിക്കപ്പെടുന്നതും മറ്റുള്ളവരുടെ മുന്നിൽവച്ചു വീട്ടുകാരാൽ ശിക്ഷിക്കപ്പെടുന്നതും പരീക്ഷാഹാളിൽവച്ച് കോപ്പിയടി പിടിക്കപ്പെടുന്നതുമെല്ലാം കുട്ടികളിൽ ഉണ്ടാക്കുന്ന അപമാനഭാരവും ആത്മഹത്യക്കു കാരണമാകാറുണ്ട്. അങ്ങനെയൊരു കോപ്പിയടി പിടിക്കപ്പെട്ടപ്പോഴുണ്ടായ അപമാനഭാരം മൂലം കാഞ്ഞിരപ്പള്ളിയിലെ ഒരു കോളേജ് വിദ്യാർത്ഥിനി മീനച്ചിലാറ്റിൽ തന്റെ ജീവനൊടുക്കിയ വാർത്ത നിങ്ങളെല്ലാവരും അറിഞ്ഞുകാണുമെന്നെനിക്കറിയാം. ഇതിൽ നിന്നെല്ലാം നാമെന്താണ് മനസ്സിലാക്കേണ്ടത്, എന്താണിതിനൊരു പരിഹാരം?

പ്രതിസന്ധികളെ അതിജീവിക്കാൻ വേണ്ട അറിവുകളുടെ അപര്യാപ്തതയാണ് പല കുട്ടികളുടെയും ആത്മഹത്യയ്ക്കു പിന്നിലുള്ള കാരണം. മനോബലവും വിവേചനബുദ്ധിയും ഉള്ളവരായി വളർത്തിയെടുക്കുകയാണ് ഇതിനുള്ള പരിഹാരം. എന്നാൽ പല രക്ഷിതാക്കളും അതിനു സഹായകരമായ വിധത്തിലല്ല മക്കളെ വളർത്തുന്നത്. ഓരോ ദിവസവും തള്ളിനീക്കാൻ തങ്ങൾ അനുഭവിക്കുന്ന സാമ്പത്തിക പ്രതിസന്ധികൾ ഒന്നുംതന്നെ മക്കളെ അറിയിക്കാതെ അവർക്ക് വേണ്ടതെല്ലാം ചെയ്തുകൊടുക്കാനാണ് പല അച്ഛനമ്മമാരും ശ്രമിക്കുന്നത്. തങ്ങൾ ചെറുപ്പത്തിൽ അനുഭവിച്ച കഷ്ടപ്പാടുകൾ മക്കൾക്ക് ഒരിക്കലുമുണ്ടാകരുതെന്ന വിചാരമായിരിക്കാം ഒരുപക്ഷേ അവർ അങ്ങനെ പ്രവർത്തിക്കുവാൻ കാരണം. അന്യനാടുകളിൽ പ്രതികൂല സാഹചര്യങ്ങളിൽ ജോലിചെയ്യുന്ന ചിലരെങ്കിലും അവിടെ തങ്ങൾ അനുഭവിക്കുന്ന ജീവിതപ്രയാസങ്ങളെപ്പറ്റി മക്കളോടോ ജീവിതപങ്കാളിയോടോ പറയാറില്ല എന്നതാണ് സത്യം. വീട്ടിലെ വരവുചെലവുകൾ അച്ഛനമ്മമാർക്കുപുറമേ മക്കളും അറിഞ്ഞിരിക്കണം. അതുമാത്രമല്ല, ഒരു പ്രതിസന്ധി വന്നാൽ അതിനെ എങ്ങനെ തരണം ചെയ്യണമെന്നുള്ള ആലോചനയിലും ചർച്ച

യിലും മക്കളേകൂടി പങ്കെടുപ്പിക്കണം. പ്രതിസന്ധികളിൽ എങ്ങനെയാണ് തീരുമാനങ്ങളെടുക്കുന്നതെന്ന് മക്കൾക്ക് മനസ്സിലാക്കാനുള്ള അവസരമാണ് ഇതുപോലെയുള്ള കൂട്ടായ ആലോചനകളും ചർച്ചകളും. അവ കുട്ടികളെ ഏറെ ആത്മ വിശ്വാസം ഉള്ളവരായി വളരുവാനാണ് സഹായിക്കുക .

കൗമാരക്കാരുടെ ആത്മഹത്യക്കുള്ള മറ്റൊരു കാരണം, അവരുടെ വികാര വിചാരങ്ങളെ കൈമാറാനോ പങ്കുവയ്ക്കാനോ പറ്റുന്നരീതിയിലുള്ള സുമനസ്സുകളുടെ അഭാവമാണ്. അവരുടെ അസ്വസ്ഥതകൾ വീട്ടുകാരൊ സമൂഹമോ അറിയാതെ പോകുന്നു. മക്കളുമായുള്ള ആശയവിനിമയത്തിനിടയിൽ അവരുടെ പഠന മികവിനെ മാത്രം കണ്ടുമുട്ടാൻ ശ്രമിച്ചാൽ പോരാ. മക്കളുടെ മനസ്സിലുണ്ടാകുന്ന വിഷമതകളുടെ ചെറിയ സൂചനകൾപോലും അവിടെവെച്ച് മാതാപിതാക്കൾക്ക് കണ്ടുമുട്ടാൻ കഴിയണം. മാതാപിതാക്കൾ കുട്ടികളോടൊപ്പം ചെലവഴിക്കുന്ന സമയം ചുരുങ്ങുകയും വിദ്യാഭ്യാസം വെറും ഗ്രേഡിനും മാർക്കിനും ജോലിക്കും വേണ്ടി മാത്രമാണെന്ന് രക്ഷിതാക്കൾക്ക് തോന്നു കയും അങ്ങനെയുള്ള തോന്നൽ കുട്ടികളിലേക്കു പകർന്നുകൊടു ക്കുകയും ചെയ്താൽ, ജീവിതം എന്തെന്നറിയാൻ കുട്ടികൾക്ക് അവസരം ലഭിക്കാതെ പോകും. അങ്ങനെ വളർന്നുവരുന്ന വരാണ് ജീവിതപ്രതിസന്ധികളുടെ ചെറുചൂടേറ്റാൽപോലും വാടിത്തളർന്നു വീഴുന്നത്.

പുതിയ ലോകക്രമത്തിൽ ജീവിക്കാൻ അനിവാര്യമായും വേണ്ടിവരുന്നത്, പ്രതിസന്ധികളെ ധൈര്യത്തോടെ മറികടക്കാ നുള്ള ചങ്കൂറ്റവും മിടുക്കുമാണ്. വിഷമതകളുണ്ടാകുമ്പോൾ അവയെല്ലാം ഉള്ളിലൊതുക്കി ഉഴറിനടക്കാതെ ഏറ്റവും അടുപ്പമു ള്ളവരുടെ മുന്നിൽ ഇറക്കിവെച്ച് ആശ്വാസം തേടുന്നത് നാണക്കേടോ പിടിപ്പുകേടോ ആയി കരുതുന്നത് ദുരഭിമാനമാണ്. വ്യഥകൾ അടുപ്പമുള്ളവരുമായി പങ്കുവച്ചു് അവരുടെ ധാർമികവും വൈകാരികവുമായ പിന്തുണ നേടുമ്പോൾ തങ്ങൾ കൂടുതൽ കരുത്താർജ്ജിക്കുകയാണെന്ന കാര്യം കുട്ടികൾ മനസ്സിലാ ക്കണം. അതിനായി അവരെ പരിശീലിപ്പിക്കുകയും വേണം. ആ പരിശീലനം വീട്ടിൽ നിന്നാണ് ലഭിക്കേണ്ടത്. മാതാപിത ാക്കളോട് എന്തും മനസ്സുതുറന്നുപറയാനുള്ള സ്വാതന്ത്ര്യവും ധൈര്യവും കുട്ടികൾക്കു വീട്ടിൽനിന്നും ലഭിക്കണം. അതില്ലെങ്കിൽ അതി

നായിട്ടവർ മറ്റുപലരെയും സമീപിച്ചുവെന്നിരിക്കും. അങ്ങനെയുള്ളവരിൽ കുറ്റവാളികളോ മനോവൈകൃതം ഉള്ളവരോ ഉണ്ടായേക്കാം. അവർ ഈ കുഞ്ഞുങ്ങളെ വഴിതെറ്റിക്കാനിടയുണ്ട്.

കുട്ടികൾക്കും കൗമാരക്കാർക്കുമിടയിലുള്ള ആത്മഹത്യാപ്രവണത തടയാനായി ശിശുവികസനം, ആരോഗ്യം, കേരളാ പൊലീസ് തുടങ്ങിയ വകുപ്പുകൾ സൈക്കോളജിസ്റ്റുകളുടെ സഹായത്തോടെ സൈക്കോസോഷ്യൽ സപ്പോർട്ട് സേവനങ്ങൾ നടത്തിവരുന്നുണ്ട്. അതുപോലെയുള്ള കൗൺസലിങ്ങുകളായിരുന്നു പോയകാലങ്ങളിൽ കൂട്ടുകുടുംബങ്ങളിലെ അപ്പൂപ്പനമ്മൂമ്മമാർ സാരോപദേശകഥകളിലൂടെ കുഞ്ഞുങ്ങൾക്കു നൽകിയിരുന്നത്. നല്ലനല്ല കഥകൾ കേട്ടുവളരുന്ന കുഞ്ഞുങ്ങൾക്ക് അവരുടെ ഭാവനാശേഷിയും ഭാഷ കൈകാര്യംചെയ്യാനുള്ള കഴിവും മെച്ചപ്പെടുത്താൻ കഴിയുന്നുണ്ടെന്ന കാര്യം അനുഭവങ്ങളിലൂടെ തെളിയിക്കപ്പെട്ടിട്ടുള്ളതാണ്.

കൂട്ടുകുടുംബങ്ങളിൽ, കുഞ്ഞുങ്ങൾക്കു് അച്ഛനേയും അമ്മയേയും കൂടാതെ അപ്പൂപ്പൻ, അമ്മൂമ്മ, അമ്മാവൻ, അമ്മാവി, അപ്പച്ചി, വലിയച്ഛൻ, വലിയമ്മ, ചെറിയച്ഛൻ, ചെറിയമ്മ തുടങ്ങി ഒട്ടേറെ ബന്ധുക്കളുടെ സാമീപ്യം ലഭിക്കുമായിരുന്നു. അവരിൽനിന്നെല്ലാം കഥകൾ കേൾക്കാനുള്ള അവസരങ്ങൾ കുഞ്ഞുങ്ങൾക്കു ലഭിച്ചിരുന്നു. കുഞ്ഞൊന്നു കരഞ്ഞാൽ, പാട്ടു പാടിയും കഥപറഞ്ഞും അതിനെ ആശ്വസിപ്പിക്കാൻ ധാരാളം ആളുകൾ അന്നു വീട്ടിലുണ്ടായിരുന്നു, അവർക്ക് അതിനുള്ള സമയവും ഉണ്ടായിരുന്നു. ഇക്കാലത്തെ അപേക്ഷിച്ച്, അന്ന് എല്ലാ വീടുകളിലും കുട്ടികളുടെ എണ്ണം കൂടുതലായിരുന്നു. അവർ ഒത്തുചേർന്നു കളിച്ചും തല്ലുകൂടിയും ക്ഷമിച്ചും തോൽവിയും ജയവും ഉൾക്കൊണ്ടുമാണ് വളർന്നുവന്നതു്. വ്യക്തിബന്ധങ്ങളുടെ അർത്ഥം അടുത്തറിഞ്ഞും ജീവിതമൂല്യങ്ങളുടെ വിലയറിഞ്ഞും വളർന്നുവന്ന അവർക്ക് മറ്റുള്ളവരെ ബഹുമാനിക്കാനും അവരുടെ വികാരങ്ങളെ മാനിക്കാനുമുള്ള പക്വത ഉണ്ടായിരുന്നു. കുടുംബത്തിൽപെട്ട മുതിർന്നവർ പ്രതികൂലസാഹചര്യങ്ങളെ ഏതെല്ലാം മാർഗ്ഗങ്ങളിലൂടെയാണ് മറികടക്കുന്നതെന്നു കണ്ടുവളർന്നവരായിരുന്നു അവർ. അതുകൊണ്ടുതന്നെയാണ് അവർ അവിചാരിത പ്രതിബന്ധങ്ങളെ അതിജീവിക്കാനുള്ള മനോ

ബലവും വേണ്ടത്ര പ്രായോഗിക ബുദ്ധിയും ഉള്ളവരായിത്തീർന്നത്.

അപ്പോൾ ടീച്ചർക്കുള്ള പിന്തുണയെന്നപോൽ സോമവല്ലി എഴുന്നേറ്റു.

'ഈ മനോബലമാണു ടീച്ചറേ ഇന്നത്തെ കുട്ടികൾക്കില്ലാതെ പോയത്.'

എന്തുകൊണ്ടാണ്ട് ഈ മനോബലം ഇല്ലാതെ പോയതെന്ന് സോമവല്ലിക്കറിയുമോ?

ഓരോ മനുഷ്യനിലും അപാരമായ കഴിവുകൾ ഒളിഞ്ഞു കിടപ്പുണ്ട്. അവ കണ്ടെത്താൻ ശ്രമിക്കാതെ മരിച്ചതിനു തുല്യമായി ജീവിക്കുന്നതല്ലേ ഏറ്റവും വലിയ വിഡ്ഢിത്തം? ഒരു പരീക്ഷയിൽ തോറ്റുപോയാൽ ആത്മഹത്യയിൽ അവസാനിപ്പിക്കാനുള്ളതാണോ ജീവിതം? ഒരു പരീക്ഷകൊണ്ടുമാത്രം അളക്കാവുന്നതല്ല ഒരാളിന്റെ പ്രതിഭയെന്നതിന് വേണ്ടത്ര തെളിവുകൾ നമുക്കിടയിൽ തന്നെയുണ്ട്.

പ്രസിദ്ധ സിനിമാ സംവിധായകനായ ശ്രീ. മേജർ രവി എന്ന എ.കെ. രവീന്ദ്രൻ, കേരളത്തിലെ സ്റ്റുഡൻസ് പോലീസിന്റെ ഉപജ്ഞാതാവായ ശ്രീ.പി.വിജയൻ ഐപിഎസ് എന്നീ പ്രഗത്ഭർ പത്താം ക്ലാസ്സിൽ തോറ്റു പോയവരാണെന്ന് അവർ തന്നെ അഭിമുഖങ്ങളിൽ പറയുന്നതു കേട്ടിട്ടുണ്ട്. സ്വിറ്റ്സർലാൻഡിലെ പ്രസിദ്ധമായ സൂറിച്ച് ടെക്നിക്കൽ യൂണിവേഴ്സിറ്റി നടത്തിയ പ്രവേശന പരീക്ഷയിൽ തോറ്റു പോയതിനാൽ അവിടെ പ്രവേശനം കിട്ടാതിരുന്ന കുട്ടിയാണ് പിന്നീട് ലോകപ്രശസ്തനായിത്തീർന്ന ആൽബർട്ട് ഐൻസ്റ്റീൻ എന്നും കേട്ടിട്ടുണ്ട്. വർഷങ്ങൾക്കു മുമ്പ് ആകാശവാണിയിൽ ഗായകനാകാൻ വേണ്ടി അപേക്ഷിച്ച ഒരു ചെറുപ്പക്കാരൻ അവിടെ നടത്തിയ ഓഡിഷൻ ടെസ്റ്റിൽ തോറ്റു പോയതിനാൽ ആ ജോലി കിട്ടിയില്ല. ഇന്ന് മനുഷ്യർ മാത്രമല്ല ചില ദൈവങ്ങൾ പോലും ഉറങ്ങുകയും ഉണരുകയും ചെയ്യുന്നതു് അന്ന് ഓഡിഷൻ ടെസ്റ്റിൽ തോറ്റുപോയ സംഗീതജ്ഞന്റെ പാട്ടു കേട്ടുകൊണ്ടാണ്. അതു മറ്റാരുമല്ല മലയാളികളുടെ ഗാനഗന്ധർവ്വനായ ശ്രീ. യേശുദാസാണ്. ഈ പറഞ്ഞവരാരുംതന്നെ ഒരു തോൽവിയിൽ ജീവിതം അവസാനിപ്പിക്കുവാനോ തോറ്റു പിൻമാറാനോ തുനിഞ്ഞവരല്ല, മറിച്ച് പൊരുതി നേടിയവരാണ്.

ഓടുന്ന ട്രെയിനിൽനിന്നും കൊള്ളക്കാർ പുറത്തേക്ക് തള്ളിയിട്ട അപകടത്തിൽ കാൽ നഷ്ടപ്പെട്ട അരുണിമ സിൻഹ എന്ന ദേശീയ വോളിബോൾ താരത്തിന്റെ അതിജീവന കഥ ഒരു ചെറിയ തോൽവിയുടെ മുന്നിൽപോലും പതറിപ്പോകുന്ന ഓരോരുത്തരും അറിഞ്ഞിരിക്കേണ്ടതാണ്. അപകടത്തേത്തുടർന്ന് കാലുകളിൽ ഒന്ന് കൃത്രിമക്കാലും മറ്റൊന്ന് കമ്പിയിട്ടതുമായി മാറി. കുടുംബത്തിലാകെ അനവധി ദുരന്തങ്ങൾ ഏറ്റുവാങ്ങേണ്ടിവന്നതിൽ മനം നൊന്ത് ആത്മഹത്യയ്ക്കു ശ്രമിച്ചതായിരിക്കുമെന്ന് പലരും ഊഹിച്ചു. അതറിഞ്ഞപ്പോൾ, 'ആത്മഹത്യ ചെയ്യാൻമാത്രം ഞാൻ അത്ര ഭീരുവല്ല, എനിക്കതു തെളിയിക്കണം' എന്നാണ് അരുണിമ തന്റെ സഹോദരനോട് പറഞ്ഞത്. അതിനുവേണ്ടി അവർ തെരഞ്ഞെടുത്ത മാർഗ്ഗം, കാലുകൾ നഷ്ടപ്പെട്ട അവസ്ഥയിൽ ആരും ചിന്തിക്കാത്ത പർവ്വതാരോഹണമായിരുന്നു.

മുറിവുണങ്ങാത്ത കാലുമായി പിന്നീട് അവർ പോയത് എവറസ്റ്റ് കീഴടക്കിയ ആദ്യ വനിതയായ ബെച്ചേന്ദ്രിപാലിന്റെ മുന്നിലേക്കാണ്. അവിടെ ലഭിച്ച പ്രോത്സാഹനം അരുണിമയുടെ ആത്മവിശ്വാസം എവറസ്റ്റിനോളം ഉയർത്തി. സാധ്യമല്ലെന്നു പറഞ്ഞു നിരുത്സാഹപ്പെടുത്തിയവരെ പരിഹസിച്ചുകൊണ്ട് അവർ അതികഠിനമായ നീണ്ട പരിശ്രമം അവിടെ തുടങ്ങി, ഒടുവിൽ അത് സംഭവിച്ചു.

വേദനയും മറ്റുവൈഷമ്യങ്ങളും സഹിച്ചുകൊണ്ട് ഒരുസംഘം പർവ്വതാരോഹകർക്കൊപ്പം മലകയറ്റം തുടങ്ങി. യാത്രയുടെ അമ്പത്തിരണ്ടാംദിവസമായ 2013 മെയ് 21ന് രാവിലെ എവറസ്റ്റിന്റെ ഉച്ചിയിൽ അരുണിമസിൻഹ നമ്മുടെ ദേശീയപതാക നാട്ടി. ആ വാർത്ത കേട്ടവർ കോരിത്തരിച്ചു. എവറസ്റ്റ് കീഴടക്കുന്ന അംഗഛേദം സംഭവിച്ച ആദ്യയാൾ എന്ന ബഹുമതി നേടിയ അരുണിമ സിൻഹ തന്റെ പരിശ്രമം അവിടെ അവസാനിപ്പിച്ചില്ല. തുടർന്ന് ആഫ്രിക്കയിലെ 'കിളിമഞ്ചാരോ'(Kilimanjaro) ആസ്ട്രേലിയയിലെ 'കോസ്യുസ്കോ'(Kosciuszko) യൂറോപ്പിലെ 'എൽബ്രസ്'(Elbrus) അർജന്റീനയിലെ 'അക്കോൻകാഗ്വ'(Aconcagua) ഇന്തോനേഷ്യയിലെ 'കാർസ്റ്റെൻസ് പിരമിഡ്' (Carstensz pyramid) എന്നിവയെ കീഴടക്കി.

2015 ൽ അരുണിമസിൻഹയെ പത്മശ്രീ നൽകി രാജ്യം ആദരിച്ചു.

അരുണിമയുടെ അഭിവാഞ്ഛ അതിരുകളില്ലാതെ മുന്നേറുമ്പോൾ 2019ൽ അന്റാർട്ടിക്കയിലെ ഏറ്റവും വലിയ കൊടുമുടിയായ 'മൗണ്ട് വിൻസനും'(Mount vinson)ആ കൃത്രിമ കാലിനു കീഴടങ്ങി.

ശാരീരിക പരിമിതികളേയും പ്രതികൂല സാഹചര്യങ്ങളേയുമെല്ലാം തരണംചെയ്യാൻ ആത്മവിശ്വാസം പുലർത്തിയ അരുണയുടെ ജീവിതം കുട്ടികൾ ഉൾപ്പടെയുള്ള എല്ലാവർക്കും മാതൃകയാണ്.

കേവലം ഒരു പരീക്ഷയുടെ തോൽവിമൂലം ആത്മഹത്യയിൽ ഒടുക്കാനുള്ളതല്ല ജീവിതം എന്നു ബോധ്യപ്പെടുത്താനാണ് ആത്മവിശ്വാസത്തിന്റെ മൂർത്തീഭാവമായ അരുണിമയെ നിങ്ങൾക്ക് പരിചയപ്പെടുത്തിയത്. സ്വാമി ഗുരുരത്നം ജ്ഞാനതപസ്വിയുടെ പ്രഭാഷണത്തിൽ നിന്നാണ് അരുണിമ സിൻഹയുടെ കഥ ഞാൻ അറിയുന്നത്.

പരാജയചിന്തകൾക്കു വിധേയമാകുമ്പോൾ ഒരാൾക്കു നഷ്ടമാകുന്നത് തന്റെ സ്വന്തം വിലയും വ്യക്തിത്വവുമാണ്. പരാജയം അനുഭവിക്കുമ്പോൾ വിജയിക്കുവാനായുള്ളൊരു വാശിയല്ലേ ഉണ്ടാകേണ്ടത്? ഇരപിടിക്കാൻ ഓടുന്ന ഏതെങ്കിലും ഒരു മൃഗം ഇരയെ കിട്ടാതെ വരുമ്പോൾ ആത്മഹത്യ ചെയ്യുന്നതായി കേട്ടിട്ടുണ്ടോ? ഇല്ല, ഒരിക്കലുമില്ല. അതു വീണ്ടുംവീണ്ടും ശ്രമിച്ചുകൊണ്ടേയിരിക്കും. ആ മൃഗത്തിന്റെ പൊരുതാനുള്ള ഇച്ഛാശക്തിയുടെ ഒരംശമെ ങ്കിലും ഉണ്ടായിരുന്നെങ്കിൽ ഈ കുട്ടികൾ പരീക്ഷയിൽ തോറ്റതിന്റെ പേരിൽ ആത്മഹത്യ ചെയ്യുമായിരുന്നോ? ജയിക്കാനായി ഒരിക്കൽ കൂടി ശ്രമിക്കില്ലായിരുന്നോ?

ജയിക്കുമെന്നുള്ള ആത്മവിശ്വാസവും ജീവിതം തോറ്റു പിൻവാങ്ങാനുള്ളതല്ല, പൊരുതി നേടാനുള്ളതാണെന്ന ഉപദേശവും ആരാണ് ഈ കൗമാരമനസ്സുകളെ ഓർമ്മപ്പെടുത്തേണ്ടത്, അധ്യാപകരും മാതാപിതാക്കളുമല്ലേ ?

പ്ലാവിൻചുവട്ടിൽ പോയി പ്ലാവില പെറുക്കാനുള്ള പ്രായമായാൽ കുഞ്ഞുങ്ങളെക്കൊണ്ട് അതു ചെയ്യിക്കണമെന്ന് പഴമക്കാർ പറയുന്നത് വെറുതേയല്ല. എന്നാൽ ഇന്ന് അങ്ങനെയാണോ, അക്ഷരാർത്ഥത്തിൽ സ്പൂൺഫീഡിംഗ് അല്ലേ?

മെഡിക്കൽ കോളേജിൽ പ്രിൻസിപ്പാളായിരുന്ന ഒരു ഡോക്ടറുടെ പ്രഭാഷണം ഒരിക്കൽ കേൾക്കുവാനിടയായി. നിരന്തരം

ബേക്കറി വിഭവങ്ങൾ കഴിക്കുന്ന കുഞ്ഞുങ്ങൾക്ക് വിശപ്പില്ലാതെ വന്നാൽ രണ്ടുദിവസത്തേക്ക് യാതൊന്നും കഴിക്കാൻ കൊടുക്കാതിരുന്നാൽ മൂന്നാംദിവസം ഒരിറ്റു കഞ്ഞിവെള്ളമെങ്കിലും വേണമെന്നുപറഞ്ഞു വരുമെന്നാണ് അദ്ദേഹം പറഞ്ഞത്. വിശപ്പറിയിച്ചുവേണം കുഞ്ഞുങ്ങളെ വളർത്താനെന്നാണ് അദ്ദേഹം പറഞ്ഞതിന്റെ പൊരുൾ.

കുട്ടികളെ നിർബ്ബന്ധിച്ച് ആഹാരം കഴിപ്പിക്കാൻ പാടില്ല. അവരെ വിശപ്പറിഞ്ഞ്, രുചിയറിഞ്ഞ് സ്വയം ആഹാരം കഴിക്കാൻ ശീലിപ്പിക്കണം. പന്ത്രണ്ടാം ക്ലാസ്സിൽ പഠിക്കുന്ന, എന്റെ ഒരു ബന്ധുവായ, പതിനാറുകാരി പെൺകുട്ടിക്ക് രാവിലെ സ്ക്കൂളിൽ പോകുന്നതിനു മുമ്പായി അമ്മ ആഹാരം വാരി വായിൽവച്ചു കൊടുത്ത് തീറ്റിക്കുന്ന കാഴ്ച ഞാൻ കണ്ടിട്ടുണ്ട്. അതിൽപരം ഒരു ദ്രോഹം ആ കുട്ടിയോട് അമ്മയ്ക്കു ചെയ്യാനുണ്ടോ?

ടീച്ചർ ഓരോരുത്തരേയും മാറി മാറി നോക്കുമ്പോൾ ക്ലാസ്സിൽ പരിപൂർണ്ണ നിശബ്ദത. നിങ്ങളങ്ങനെ ചെയ്തില്ലേ എന്നൊരു ചോദ്യം ടീച്ചറുടെ നോട്ടത്തിലുണ്ടെന്നു തോന്നിയ ചില അമ്മമാർ മൗനമായി പരസ്പരം നോക്കുന്നു. ഞാനങ്ങനെ ചെയ്തോ എന്നൊരോർത്തെടുക്കൽ അവരുടെ ഓരോരുത്തരുടേയും മൗനത്തിലുണ്ടായിരുന്നു.

നിങ്ങൾക്ക് പ്രത്യേകിച്ച് അമ്മമാർക്ക് ഇതൊരാത്മപരിശോധനയുടെ നിമിഷമാണെന്നെനിക്കറിയാം.

അതുകൊണ്ടുതന്നെ ഇന്നത്തെ ക്ലാസ്സ് ഇവിടെ അവസാനിപ്പിക്കുന്നു.

സാങ്കേതികപദങ്ങൾ

1. Strokes: നമ്മുടെ ജീവിതത്തെ തൊട്ടുഴിഞ്ഞു സാന്ത്വനപ്പെടുത്തിയിട്ടോ മുട്ടിക്കേറി വന്ന് സങ്കടപ്പെടുത്തിയിട്ടോ ഭയപ്പെടുത്തിയിട്ടോ ദേഷ്യം പിടിപ്പിച്ചിട്ടോ കടന്നുപോകുന്ന അനുഭവങ്ങൾ.

2. Positive Strokes: ആശാവഹമായ/അനുകൂലമായ/ഹൃദ്യമായ അനുഭവങ്ങൾ.

3. Negative Strokes: നിരാശാജനകമായ/ദുഃഖകരമായ അനുഭവങ്ങൾ.

4. Script : അനുഭവങ്ങൾ തലച്ചോറിൽ ഉണ്ടാക്കുന്ന രേഖപ്പെടുത്തലുകൾ.

5. Re-play: അനുഭവങ്ങളാൽ തലച്ചോറിൽ ഉണ്ടാക്കിയ രേഖപ്പെടുത്തലുകൾ പ്രകാരം ഭാവിയിൽ ഉണ്ടാകുന്ന പ്രതികരണം (പുനരാവിഷ്കാരം).

6. Virtual Reality: സാങ്കൽപ്പിക യാഥാർത്ഥ്യം (അയഥാർത്ഥമായവ യാഥാർത്ഥ്യമാണെന്നുള്ള തോന്നൽ)

7. Corona:

(1) പുകവലിക്കാർ ഉപയോഗിക്കുന്ന ഒരു പുകയിലയുൽപ്പന്നം(ചുരുട്ട്)

(2) ഒരുതരം രോഗാണു - ഇതു പരത്തുന്ന രോഗമാണ് corona virus disease(COVID). ശ്വസനസംവിധാനത്തെ വളരെ വേഗം തകരാറിലാക്കുന്ന ഈ രോഗം ആദ്യമായി കണ്ടെത്തിയത് 2019 ഡിസംബറിൽ ചൈനയിലെ ഹുവാൻ നഗരത്തിലാണ്. അതിനാൽ COVID-19 എന്നപേരിൽ ഈ രോഗം അറിയപ്പെടുന്നു.

8. ചായിപ്പ് : പുരയോടുചേർന്ന് ചരിഞ്ഞ മേൽക്കൂരയോടുകൂടി കെട്ടുന്ന ഉയരംകുറഞ്ഞ മുറി.

9. ഈയൽ : രാത്രിയിൽ വെളിച്ചംകണ്ട് പറന്നുവരുന്ന മഴപ്പാറ്റ.

www.ingramcontent.com/pod-product-compliance
Lightning Source LLC
LaVergne TN
LVHW090417051026
849518LV00006B/2367